D1772397

நூலாசிரியர் பற்றி

டெரன்ஸ் கோர்டொன், தொடக்கநிலையினருக்கான நூல்வரிசையில் *சகூர், மெக்லுஹன்* உள்பட இருபதுக்கும் மேற்பட்ட நூல்களை எழுதியிருக்கிறார். இவர் தற்போது ஜேம்ஸ் ஜாய்ஸ் பற்றிய ஒரு நூலையும் புகழ்பெற்ற மொழியியலாளர் சார்ள்ஸ் கே ஓக்டென் பற்றி ஒரு வாழ்க்கை வரலாற்றுப் புனைவையும் எழுதிக்கொண்டிருக்கிறார். இவர் எழுத்திலும் கற்பித்தலிலும் ஈடுபடாதபோது, நினைவில் ஓயாது ஊடாடும் கனடாவிலுள்ள நோவா ஸ்காடியாவின் அழகை ஒளிப்படம் எடுக்கிறார். அவர் அங்குதான் 1970களி லிருந்து வசித்து வருகிறார்.

ஓவியர் பற்றி

சூசன் வில்மார்த், நியூ மெக்சிகோவில் பிறந்து எழுபதுகளின் தொடக்கத்தில் நியூயார்க் நகரத்துக்கு இடம்பெயர்ந்தார். பார்சன்ஸ் ஸ்கூல் ஆஃப் டிஸைனிலிருந்து இளங்கலை பட்டம் பெற்றதிலிருந்து நிறுவனம் சாராத, விளக்கப்பட ஓவியராகப் பல பதிப்புக்குழுமங்களில் பணியாற்றியிருக்கிறார். அவற்றுள் புஸ் பின் பிரஸ் புக்ஸ், எட்வர்டு பூத்-களிப்போன் எடிசன்ஸ், நியூயார்க் மேகசின், தி ஓபன் சொஸைடி ரைட்டர்ஸ் அண்ட் ரீடர்ஸ் பப்ளிஸிங் ஆகியவை அடங்கும். தற்போது ஃபார் பிகினர்ஸ் எல்எல்சிக்காகப் பணியாற்று கிறார். தொடக்கநிலையினருக்கான நூல்வரிசையில் *கருப்பர் வரலாறு, மெக்லுஹன்* ஆகிய நூல்களுக்கும் விளக்கப்படங்களை வரைந்திருக்கும் இவர், தற்போது மன்ஹாட்டனில் தம் சைக்கிளோடு வசிக்கிறார்.

மொழிபெயர்ப்பாளர் பற்றி

நாகேஸ்வரி அண்ணாமலை, நன்கறியப்பட்ட எழுத்தாளர். அமெரிக்காவைப் பற்றி *அமெரிக்காவில் முதல் வேலை – ஒரு புதிய அனுபவம், அமெரிக்காவின் மறுபக்கம், அமெரிக்க அனுபவங்கள்: ஒரு சமூகவியல் பார்வை* ஆகிய மூன்று நூல்களையும், தாம் பிறந்து வளர்ந்த ஊரைப் பற்றி *சொந்த ஊரை நோக்கி* என்னும் நூலையும் எழுதியிருக்கிறார். *குடல், இரைப்பை, வயிறு நோய்கள்* என்னும் மருத்துவ நூலைத் தமிழில் மொழிபெயர்த்திருக்கிறார். இவர் சமூகவியலில் முனைவர் பட்டம் பெற்றவர். மொழியியலிலும் அறிமுகம் உண்டு. தற்போது கணவர் இ. அண்ணாமலையோடு சிகாகோவில் வசிக்கிறார்.

மொழியியல்

தொடக்கநிலையினருக்கு

டெரன்ஸ் கோர்டொன்

விளக்கப்படங்கள்
சூசன் வில்மார்த்

தமிழில்
நாகேஸ்வரி அண்ணாமலை

ஆலோசனை
இ. அண்ணாமலை

மீள்பார்வை
அடையாளம் பதிப்புக்குழு

அடையாளம்

முதல் பதிப்பு 2013

© டெரன்ஸ் கோர்டொன், ரைட்டர்ஸ் அண்ட் ரீடர்ஸ் இன்க்
© தமிழ் மொழிபெயர்ப்பு: அடையாளம்

வெளியீடு: அடையாளம், 1205/1 கருப்பூர் சாலை, புத்தாநத்தம் 621 310
திருச்சி மாவட்டம், தமிழ்நாடு, இந்தியா, தொலைபேசி: (+91) 04332 273444

நூல் வடிவம்: த பாபிரஸ், அச்சாக்கம்: அடையாளம் பிரஸ், இந்தியா

ISBN 978 81 7720 184 0

விலை: ₹ 160

mozhiyiyal: thodakkanilaiyinarukku is the Tamil translation of *Linguistics: For Beginners* in English by Terrence Gordon, Illustrated by Susan Willmarth, Translated by Nageswari Annamalai, Published by Adaiyaalam, 1205/1 Karupur Road, Puthanatham 621310, Thiruchirappalli Dt., Tamilnadu, India, email: info@adaiyaalam.net

இந்நூல் தமிழ்நாடு அரசு, தமிழ் வளர்ச்சித் துறையின் நிதியுதவியுடன் வெளியிடப் பெறுகிறது.

மொழிபெயர்ப்பைப் பற்றி

மொழியியலுக்குத் தமிழ்ப் புலமை உலகில் எதிர்ப்பு இருக்கிறது. தொல்காப்பியம் தொடங்கிவைத்த தமிழ் மரபிலக்கணத்தில் சொல்லாத எதையும் மொழியியல் சொல்லிவிட முடியாது; சொன்னாலும் அது தமிழுக்குத் தேவை இல்லாதது; தமிழ் இலக்கண மரபிற்குப் புறம்பாகப் பேச்சுத் தமிழுக்கு இலக்கணம் எழுதுவது மொழியைக் காக்கும் இலக்கணத்தின் நோக்கத்திற்கு முரணானது போன்ற கருத்துகளே எதிர்ப்புக்கு அடிப்படை. இருப்பினும், தமிழ் மாணவர்களிடையே மொழியியலைப் பற்றித் தெரிந்துகொள்ளும் ஆர்வம் இருக்கிறது. மொழியியல், இலக்கணத்தைப் பற்றிப் புதிய கேள்விகளைக் கேட்கிறது; அவற்றின் விடைகள் புதிய விளக்கங்களைத் தருகின்றன. அவற்றில் பல தமிழுக்கு ஏற்றுக்கொள்ளக் கூடியவை. தாய்மொழியான தமிழ் அல்லாத பிற மொழிகளின் இலக்கணத்தை அறிய மொழியியலே வேண்டும். இவை போன்ற எண்ணங்கள் மொழியியல் பற்றித் தெரிந்துகொள்ளும் ஆர்வத்தை இளைய தலைமுறையினரிடம் எழுப்புகின்றன.

அவர்கள் ஆர்வத்தைத் தணிக்கத் தமிழில் மொழியியலை அறிமுகப்படுத்தும் சில நூல்கள் வெளிவந்திருக்கின்றன. தொடக்கநிலையினருக்காக எழுதப்பட்ட இந்த நூல் ஆங்கிலத்திலிருந்து தமிழில் மொழிபெயர்க்கப்பட்டிருக்கிறது. படிப்பதற்குச் சுமை இல்லாமல் இருக்க வேண்டும் என்பதற்காகப் பேசும் ஆங்கிலத்தின் தொனியிலும், நடையிலும், மரபுச்சொற்களைப் பயன்படுத்தியும் எழுதப்பட்டிருக்கிறது. இந்தத் தொனியையும் நடையையும் மரபுச்சொற்களையும் கூடுமானவரை தமிழில் நேரடி மொழிபெயர்ப்பில் தர முயன்றிருக்கிறோம். சில இடங்களில் தமிழ்ச்சூழலுக்கு ஏற்ப தகவமைத்திருக்கிறோம். ஆங்கிலக் கலைச்சொற்களுக்கு இணையான தமிழ்ச் சொற்களைப் படைப்பதற்குத் தமிழில் உள்ள மொழியியல் கலைச்சொல் பட்டியல்கள் பயன்படுத்தப்பட்டிருக்கின்றன. சில கலைச்சொற்கள் புதிதாகவும் உருவாக்கப்பட்டிருக்கின்றன.

இம்மொழிபெயர்ப்பில் கல்வித் தமிழைத் தவிர்த்து பொதுத் தமிழுக்கு முதன்மை கொடுக்கப்பட்டிருக்கிறது. தமிழ் மட்டுமே அறிந்தவர்கள் மொழி பெயர்ப்பைச் சிரமமின்றிப் புரிந்துகொள்ள வேண்டும் என்பதற்குக் கூடுதல் கவனம் செலுத்தப்பட்டிருக்கிறது. இதற்கு இடர்ப்பாடாக இருப்பது கருத்துகளை விளக்கும் மூல நூலின் ஆங்கில எடுத்துக்காட்டுகள். இந்த மொழி பெயர்ப்பில் அவற்றிற்கு இணையான தமிழ் எடுத்துக்காட்டுகளை அடைப்புக் குறிக்குள் சாய்வெழுத்தில் கொடுத்திருக்கிறோம். இவற்றைத் தகவமைத்தும் மொழிபெயர்ப்பில் ஆலோசனையும் வழங்கியவர் முனைவர் இ. அண்ணாமலை.

மொழியைத் தங்கள் ஆய்வுக்குப் பயன்படுத்திய பிற துறை ஆய்வாளர்கள் கூறிய சில சிக்கலான கருத்துகளை மூலநூல் பேசுகிறது. இவற்றை எளிமைப்படுத்தித் தமிழில் தருவது எளிய செயலன்று. மொழியியல் என்ன செய்கிறது; எந்தெந்த அறிவுத் துறைகளோடு இணைந்து வளர்கிறது; அது அந்தத் துறைகளின் வளர்ச்சிக்கு என்ன செய்தது என்பவற்றை எடுத்துக் காட்டும் நோக்கத்தில் இந்நூல் எழுதப்பட்டிருக்கிறது. மொழியியலின் புதிய கண்டுபிடிப்புகளையும், மொழியை ஆராய்வதற்குக் கண்ட புதிய அணுகுமுறை களைப் பற்றியும், மொழியியல் வளர்ச்சியில் ஐரோப்பாவிலும் அமெரிக்கா விலும் செல்வாக்குச் செலுத்திய ஆளுமைகளைப் பற்றியும் பேசுகிறது. அத்துடன் மொழி, மொழியியல் தொடர்பான துணுக்குச் செய்திகளையும் தருகிறது. இதன்மூலம் தமிழ்த்துறை மாணவர்களும் பிற துறை மாணவர்களும் பொதுவாக எல்லோருக்கும் மொழியியல் பற்றி ஓர் ஆர்வத்தையும், அதை இன்னும் ஆழமாகப் படிக்கும் விருப்பத்தையும் இந்த நூல் ஏற்படுத்தும்.

மேலும் ஆங்கிலம் பேசும் மாணவர்களைப் போல, தமிழ் பேசும் மாணவர் களிடமும் இந்த மொழிபெயர்ப்பு, மொழியின் மேல் அறிவுபூர்வமான ஆர்வத்தையும், மொழியின் செயல்பாட்டை அறிந்துகொள்வதற்குப் புதிய வெளிச்சத்தையும் நம்பிக்கையையும் அளிக்கும் என்று நம்புகிறோம்.

***

இந்த மொழிபெயர்ப்பைப் படித்து அதன் புரிதல் அளவைச் சரிபார்த்த அடையாளம் பதிப்புக்குழுவினருக்கும்,

பொதுவான நிலையில் நூலின் பொருள் பற்றியும் நடை பற்றியும் கருத்துச் சொன்ன மொழியியல் பேராசிரியர் கி. அரங்கனுக்கும் நன்றி.

சிகாகோ
செப்டம்பர், 2013

இ. அண்ணாமலை,
நாகேஸ்வரி அண்ணாமலை

பொருளடக்கம்

மொழிபெயர்ப்பைப் பற்றி	v
1 மொழிகள் எப்படிச் செயல்படுகின்றன?	2
என்ன, வார்த்தைகளே இல்லையா?	4
ஒலிகளை எழுதுதல்	7
மொழியியலாளர்கள் ஒன்பதிலிருந்து ஐந்து மணி வரை தங்கள் வேலைநேரத்தில் என்ன செய்கிறார்கள்?	9
மொழியில் கலப்பு: கொள்கைகளும் காவலும், நெறிமுறைகளும் அரசியலும்	12
2 சாம்ஸ்கி, ஃபாஸா, மித்ரிடேட்ஸ்	14
3 மொழியியல் அன்றும் இன்றும்	16
எழுதுவதைப் பற்றி இன்னும் கொஞ்சம்	19
மேட்டுக்குடி உச்சரிப்பு	20
எழுதுவதைப் பற்றி இன்னும் அதிகமாக	21
சேமி மேன்ஸ்ஃபீல்டை அறிமுகப்படுத்துதல்	23
புரட்சிகரமான மாற்றம் #1 ஒலித் தடைகளைத் தகர்த்தல்	24
புரட்சிகரமான மாற்றம் #2 க்ரேன்பெரி சோதனையில் தேர்ச்சி பெறுதல்	26
புரட்சிகரமான மாற்றம் #3 க்ரேன்பெரிகளுக்கு அப்பால் சொல்தொகுப்புகள்	29
மொழிசார் வேடிக்கை: கொச்சை வழக்கை இசைவாக்குதல்	32
4 வாக்கியங்கள் மரத்தில் வளர்கின்றன	33
தொடர் என்னும் மரங்கள் செறிந்த அர்த்தம் என்னும் காட்டில் நிறுத்தக் குறிகள் காட்டும் வழி	39
ஒரு நடு வழி	40
பூமி எத்தனை மொழிகளைத்தான் கொள்ளும்?	43
அணுக்கரு ஆங்கிலம் அல்லது அடிப்படை ஆங்கிலம்	45
ரீங்காரத்திற்குப் பொருள் உண்டா?	46
பொருண்மையியல்	49
வார்த்தை ஜாலம்	51
ஒலிப்பின் நழுவல்	52
மிகவும் நேர்த்தியான ஒரு புள்ளியை அதன்மீது வைக்காதீர்	53
பல அர்த்தங்கள்	54
பொருள் மாற்றம்	56

	பொருண்மைசார் விபத்துகள்	57
	பனிக்குப் பல சொற்கள்	58
	லப்ரடோரியன் இனுய்ட் எனப்படும் எஸ்கிமோ மொழி	61
	மேற்கு கிரீன்லாந்து மொழி	61
	குறைத்த அர்த்தமே சரியான அர்த்தம்	62
	மீள்பார்வை வழியாக	63
5	மொழிகளின் செயல்பாடு பற்றி மேலும் சில பாடங்கள்	64
	1. சுரவோசைக்குப் பெயரிடுங்கள்	64
	2. கர்னல் போகிக்கு இது பிடித்திருக்கும்	65
	3. இங்கே சொடுக்கு, அங்கே சொடுக்கு	66
	4. சொடுக்கொலி க்ளிங்கான் மொழியில் இல்லை!	67
	5. வேற்றுமை உருபுகள்	69
6	தொடர்பில் உள்ள மொழிகள்	70
	கலப்பு மொழிகள்	74
	தொடர்பு மொழி	74
	உயிர்காக்கும் மிதவைகளாக மொழிகள்	75
7	மனிதன் தன் மொழியை எப்படிக் கற்றுக்கொள்கிறான்?	76
8	மொழியின் பிறப்பு, மொழிகளின் வளர்ச்சியும் இறப்பும்	80
	முதலாம் வார்த்தை	80
	பௌ-வௌ கோட்பாடு	80
	பூ-பூ கோட்பாடு	81
	டிங்-டாங் கோட்பாடு	81
	யோ-ஹீவ்-ஹோ கோட்பாடு	81
	லா-லா கோட்பாடு	82
	மொழியில் மாற்றம்	82
9	புவிசார் மொழியியல்	84
	மொழிசார் கல்லறை	93
10	மொழியியலும் தத்துவமும்	96
	இன்னொரு வகையான பொருண்மையியல்	96
	ஒரு வண்டால் தொல்லை	96
	விலங்குகள் பற்றிய மொழியியல் உண்மைகள்	98
11	மானிட மொழியியல்	102
	உறவுமுறைச் சொற்கள்	103
	நிறப் பெயர்கள்	106
12	மொழியியலும் அதற்கு அப்பாலும்	110
	அமைப்பியத்திலிருந்து பின்அமைப்பியத்திற்கு	110
	கடைசி வார்த்தை	114

பின்னிணைப்புகள்

I	வாருங்கள் எண்களை எண்ணுவோம்	119
II	ஆங்கில நெடுங்கணக்கின் வரலாறு	121
III	பெண்களின் எழுத்து	123
IV	வரலாற்று மொழியியல்	125
V	ஒலி நெடுங்கணக்கு அட்டவணை	127

மொழியியல்
எப்போதும் ஒரு புதிர் நிறைந்த பகுதியாக வளர்ந்து வருகிறது. நான் ஒரு மாயாபுரியில் இருப்பது போலவும், அங்கு இருப்பதை அப்படியே சொல்ல முயல்வது போலவும் உணர்கிறேன்.
உங்களுக்கு என்ன வேண்டும், அர்த்தமுள்ள ஓர் உரையாடலா, அல்லது திருப்தி தரும் சொற்பொழிவா?
–ஓக்டென் நாஷ், 1972

நீங்கள் மொழியியல் பற்றி ஏற்கனவே கேள்விப்பட்டிருந்தாலோ, அதைப் பற்றிக் கொஞ்சம் படித்திருந்தாலோ மேலே உள்ளவாறு மொழியியலாளர் ஓக்டென் நாஷ் தம் புத்தகத்தைப் படிக்கும் வாசகர்களிடம் வினவும் கருத்தை ஆதரிக்கலாம். அப்படியானால் நீங்கள் சரியான புத்தகத்தைத் தேர்ந்தெடுத்திருக்கிறீர்கள். மொழியியலைப் பற்றி ஒன்றுமே தெரிந்திராமல் அதைப் பற்றித் தெரிந்துகொள்ள வேண்டும் என்னும் ஆர்வத்தால் இந்தப் புத்தகத்தைப் படிக்க நீங்கள் விரும்பினாலும் நல்லதுதான். தொடர்ந்து படியுங்கள். மொழியியலாளர்கள் தங்கள் பிழைப்புக்காக என்ன செய்கிறார்கள் என்பதை அறிந்துகொள்ள இது முதல் படி!

1

1

மொழிகள் எப்படிச் செயல்படுகின்றன?

பாடங்களை இந்த அடிப்படைகளைக்கொண்டு தொடங்குவோம்:

> மொழி என்பது ஒரு கருவி;
> மொழியியல் மொழியை ஆராய்கிறது.

மொழியை ஏன் ஒரு கருவி என்று சொல்கிறோம்? ஏனெனில் சுத்தியிலிருந்து கணினி வரை நாம் எந்த ஒன்றைக் கருவியாக அடையாளம் காண்கிறோமோ அது ஒரு வேலையைச் செய்ய உதவுகிறது, சிலசமயம் அது இல்லாமல் ஒரு வேலையும் நடக்காது, அல்லது அந்த வேலையைச் செய்வது கடினமாகிவிடும் (சுத்தியல் இல்லாமல் ஆணி அடிப்பதையோ, ஒரு நகரத்தின் தொலைப்பேசி எண்களின் பட்டியலைக் கணினி இல்லாமல் தொகுப்பதையோ கற்பனை செய்து பாருங்கள்). மொழியும் ஒரு கருவி. நம் மூளையில் உள்ள எண்ணங்களை நம் வாய் மூலம் வெளியே கொண்டுசெல்ல, பின் அவற்றைப் பிறர் மூளைக்குள் கொண்டுவர மொழி ஒரு கருவியாகப் பயன்படுகிறது.

வேறு எப்படி நாம் ஒருவரோடு ஒருவர் கருத்துப் பரிமாற்றம் செய்துகொள்ள முடியும்? 'ஆபத்து வருகிறது' என்று மற்றவர்களை எச்சரிக்க விரும்பினால் சத்தமாகக் குரல் கொடுக்கலாம்தான். நோவையோ தொந்தரவையோ அல்லது என்ன செய்வதென்று தெரியாமல் சலிப்புடன் உட்கார்ந்திருப்பதையோ

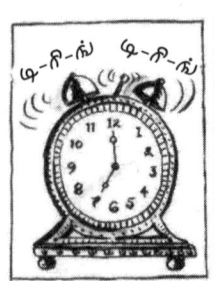 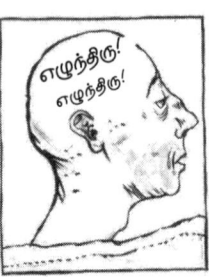  

முனகும் ஒலி மூலம் தெரியப்படுத்தலாம்தான். படங்கள், வரைபடங்கள் மூலம் நிறைய விஷயங்களைத் தெரிந்துகொள்ளலாம்தான். ஆனால் கீழே உள்ள கருத்தை எப்படி இவற்றின் மூலம் அறிவுறுத்த முடியும்?

நான் ஒரு போதும் அவளுடைய சிரிப்பை மறக்க மாட்டேன்.

இந்த வாக்கியத்தில் உள்ள 'சிரிப்பை' விடுங்கள். இதில் உள்ள மற்ற விஷயங்களையும் படத்தில் வடிக்க முடியாது. பெரும்பான்மையான எண்ணங்களையும், கருத்துகளையும் *மொழி* என்னும் சிக்கலான ஓர் அமைப்புமுறை மூலம்தான் வெளிப்படுத்த முடியும்.

ஹ-ஹோ-ஹா-ஹா-ஹி-ஹி-ஹி

மற்றக் கருவிகளை விளக்குவது போல் அல்லாமல், மொழியை விளக்க மொழியையே பயன்படுத்தலாம். *மொழியியல்* இதைத்தான் செய்கிறது. மொழியியல் மொழியால் மொழியை அலசுகிறது.

இன்னொரு வகையாகவும் மொழியியலைப் பார்க்கலாம்: *கார்* மெக்கானிக்கிற்கு கார் பற்றிய கையேடு எப்படியோ அப்படித்தான் மொழிக்கு மொழியியலும். மொழியைப் பல கருவிகள் கொண்டு ஆராயும் மொழியியலாளரும் காரில் வேலைசெய்யும் ஒரு கார் மெக்கானிக் போலத்தான். கார் விளக்கக் கையேட்டை வைத்துக்கொண்டு ஒருவரால் எப்படிக் கார் ஓட்டவேண்டும் என்பதைக் கற்றுக்கொள்ள முடியாதோ அதேபோல்தான் மொழியியலைப் பற்றிய எந்த ஒரு நூலும் ஒருவருக்கு மொழியை எவ்வாறு பேசவேண்டும் என்பதையும் கற்றுக்கொடுக்க முடியாது. கார் ஓட்டத் தெரியாமல் கார் எஞ்சின் பற்றி ஒருவருக்கு நன்றாகத் தெரிந்திருக்கலாம். அதுபோல் ஒரு மொழியைப் பேசத் தெரியாவிட்டாலும் மொழியியல் வல்லுநரால் அதை நன்றாக ஆராய முடியும் (சாம்ஸ்கி, மித்ரிடேட்ஸ், ஃபாஸா ஆகியோரைப் பற்றிப் பின்னால் பேசும்போது இதுபற்றி இன்னும் தெரிந்துகொள்வோம்).

என்ன, வார்த்தைகளே இல்லையா?

இதுவரை வார்த்தைகள் பற்றி நாம் ஒரு வார்த்தைகூடப் பேசவில்லை. வார்த்தைகள் பற்றி வார்த்தைகளால் பேசுவது மொழியியல் என்று நாம் வரையறுக்கவில்லை. ஏன்? ஏனெனில், மொழியியல் ஆராய்ச்சி வார்த்தைகளை ஆராய்வதோடு மட்டும் முடிவதில்லை.

மொழியியல் ஆய்வு வார்த்தைக்குக் கீழும் மேலும் போகக் கூடியது. ஒரு பக்கம், வார்த்தைகளைப் பிரித்தெடுத்து வார்த்தைகளின் பகுதிகள் எப்படி அமைந்திருக்கின்றன என்று ஆராய்கிறது. எடுத்துக்காட்டாக, hopelessly என்னும் வார்த்தை hope+ less + ly என்னும் வரிசையிலேயே ஆங்கிலத்தில் அமையும்; less+hope+ly என்று அமையாது (தமிழில் 'நம்பிக்கையில்லாமல்' என்று வார்த்தை கட்டப்படும்; இல்நம்பிக்கையாமல் என்று வராது. கடைத்தெரு என்னும் தொகைச் சொல்லைத் தெருக்கடை என்று எழுதினால் பொருள் மாறிவிடும்). இன்னொரு பக்கம், பல வார்த்தைகள் ஒன்று சேர்ந்து எப்படி வாக்கியங்களை உருவாக்குகின்றன என்றும் ஆராய்கிறது. எடுத்துக்காட்டாக, He is hopelessly lost என்றே வாக்கியம் அமையும்; lost is hopelessly he என்று அமையாது (தமிழில் ஒரு வாக்கியத்தில் உள்ள வார்த்தைகள் இடம்மாறி வரலாம்: 'நான் போன வருடம் மொழியியல் படித்தேன்' என்னும் வாக்கியத்தை 'மொழியியல் போன வருடம் படித்தேன் நான்' என்றும் பேசலாம். ஆனால், 'நான் படித்தேன் வருடம் போன மொழியியல்' என்று வராது).

ஒரு வாக்கியம் அர்த்தமுடையதாக இருக்கிறதென்றால் அதில் இருக்கும் வார்த்தைகள் ஒரு நூலில் கோத்த முத்துக்கள் போல இருக்கும். அவை ஒன்றாகச் சேர்க்கப் படுவது ஒரு குறிப்பிட்ட அமைப்பு முறையைப் பின்பற்றி இருக்கும். பலவகை முத்துக்களை ஒரே நூலில் சேர்த்துக் கோக்கலாம்; அதைப் போல, பலவகைச் வார்த்தைகளை ஒரு வாக்கியத்தில் ஒரு அமைப்பு முறையைப்

பின்பற்றிச் சேர்க்கலாம். இம்மாதிரியான வாக்கிய அமைப்பு முறைகள் பற்றிய ஆய்வை மொழியியலாளர்கள் தொடரியல் என்று அழைக்கிறார்கள். பிறர் தொடரியலையே இலக்கணம் என்பார்கள் *(தமிழ் மரபில் சொல்லமைப்பு, வாக்கிய அமைப்பு இரண்டும் சேர்ந்தே இலக்கணம் எனப்படும்; செய்யுள் அமைப்பையும் இலக்கணத்தில் அடக்குவது தமிழின் பழைய மரபு).*

முன்னால் குறிப்பிட்ட உதாரணத்தை எடுத்துக்கொள்வோம்:

He is hopelessly lost *(எடுத்துக்காட்டாக, தமிழில்: அவன் மீளமுடியாதபடி கடனில் இருக்கிறான்).*

அவன்
மீள முடியாதபடி
கடனில்
இருக்கிறான்

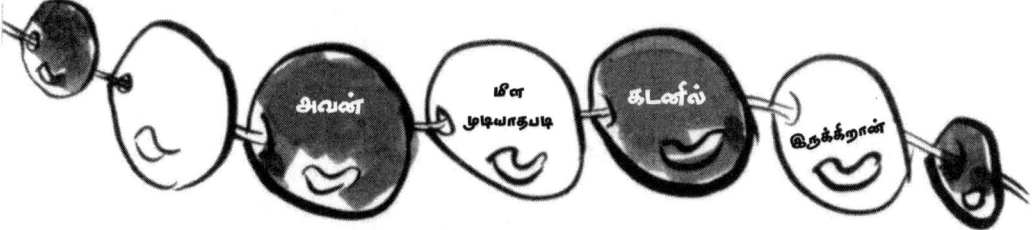

இந்த வாக்கியத்தில் ஓர் அமைப்புமுறை இருக்கிறது. இந்த அமைப்புமுறையை மாடல் என்றோ கட்டுமானம் என்றோ சொல்லலாம். கட்டுமானம் என்பது மொழியியல் வல்லுநர்களுக்கு மிகவும் பிடித்தமான வார்த்தை என்பதைப் பின்னால் புரிந்துகொள்வோம். இதே அமைப்புமுறைதான் பின்வரும் வாக்கியங்களிலும் இருக்கிறது:

He is hopelessly lost; She was very cold; They will be somewhat annoyed.

எடுத்துக்காட்டாக, *தமிழில்:*

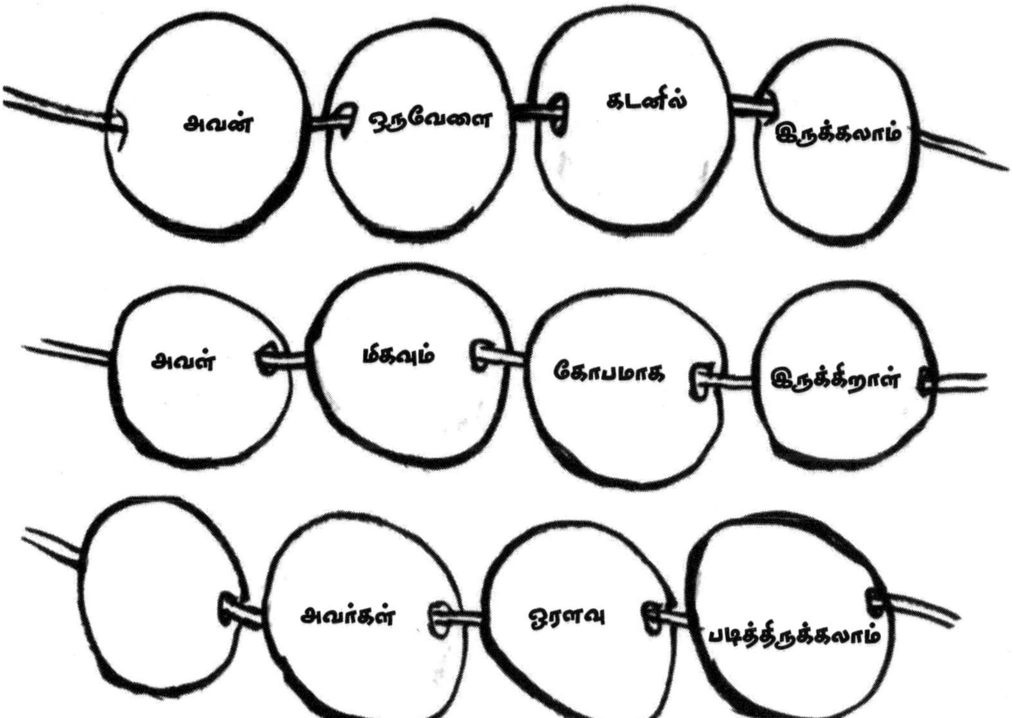

அவன்
ஒருவேளை
கடனில்
இருக்கலாம்
அவள்
மிகவும்
கோபமாக
இருக்கிறாள்
அவர்கள்
ஓரளவு
படித்திருக்கலாம்

hopelessly, probably, very, somewhat என்னும் பலவகையான வார்த்தைகள் இந்த வாக்கியங்களில் ஒரே அமைப்பு நிலையைக் கொண்டிருக்கின்றன *(இதைப் போலவே, தமிழில், மீள முடியாதபடி, ஒருவேளை, மிகவும், ஓரளவு என்னும் வார்த்தைகளும். வெவ்வேறு வாக்கியங்களில் ஒரே அமைப்புநிலையை – வினை வடிவங்களைத் தழுவும் நிலையை – கொண்டிருக்கின்றன)*.

SHE WAS VERY COLD

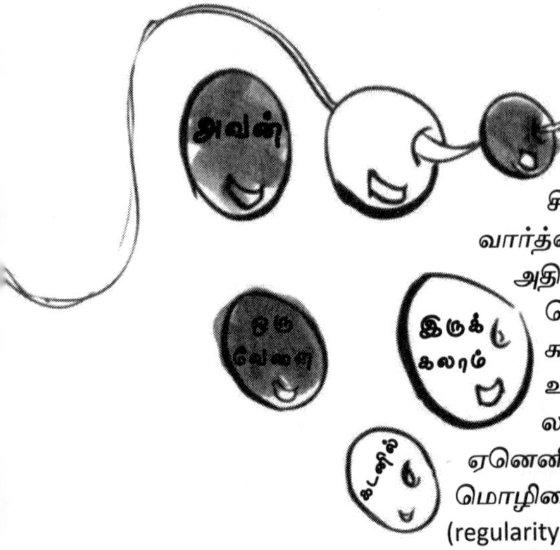

மொழியியலாளர்கள் வார்த்தைகளை அப்படியே தனித்துப் பார்ப்பதைவிட, வார்த்தைகள் ஒரு வாக்கியத்தில் எப்படிச் சேர்கின்றன என்பதிலும், சிறுகூறுகள் எப்படி ஒன்று சேர்ந்து ஒரு வார்த்தையை உருவாக்குகின்றன என்பதிலும் அதிகக் கவனம் செலுத்துகிறார்கள். எழுத்து மொழியைவிடப் பேச்சு மொழியில் பல கூறுகள் சேர்ந்து ஒரு மொழி எப்படி உருவாகிறது என்பதில்தான் மொழியியலாளர்கள் அதிக ஆர்வம் காட்டுகிறார்கள். ஏனெனில், பேச்சு மொழியில்தான் எழுத்து மொழியைவிட இயல்பான ஒழுங்குமுறையும் (regularity), அமைப்புமுறை (system) அல்லது கட்டுமானம் (pattern) அல்லது கட்டுக்கோப்பு அல்லது கட்டமைப்பு (structure) [மொழியிலாளர்கள் இந்த மூன்று சொற்களில் எதையும் பயன்படுத்தலாம்] இலக்கணவாதிகளின் தலையீடு இல்லாமல் இயல்பாக இருக்கின்றன. அமைப்புமுறை பற்றி இப்படி நினைத்துப்பாருங்கள்: பத்து மனிதர்களை ஒன்றாக நிறுத்திவைத்துப் பார்த்தால் ஒவ்வொருவரும் மற்றவரிலிருந்து வேறுபட்டவராகத் தெரிவார்கள். ஆனால், அவர்களுடைய எக்ஸ்ரே படங்களை ஒன்றாக வைத்துப் பார்த்தால், அவர்களுடைய எலும்புக்கூடுகள் ஒரே மாதிரிதான் தோன்றும். மொழியியலாளர்கள் வெளித்தோற்றத்தைவிட - அதாவது அவர்களுடைய தோலைவிட - எலும்புக் கூட்டுக்குத்தான் அதிக முக்கியத்துவம் கொடுக்கிறார்கள்; வார்த்தைகளைவிட அவற்றைக் கட்டும் ஒலியில், உருபுகளில் அதிகக் கவனம் செலுத்துகிறார்கள் *(அவை கட்டும் தொடரில் அதிகக் கவனம் செலுத்துகிறார்கள்)*.

ஒலிகளை எழுதுதல்

ஒலிகளுக்குத் தரும் முக்கியத்துவத்தால், ஒரு மொழியின் எழுத்து வடிவத்தை மொழியியலின் அடிப்படைகளில் ஒன்றாக மொழியியலாளர் கருதுவதில்லை என்று கற்பனை செய்துவிடாதீர்கள். நாம் ஆங்கிலத்தின் எழுத்துமுறையை ஒலி அடிப்படையில் எழுதும் ஒலிசார்ந்த நெடுங்கணக்கை (phonetic alphaphet) கொண்டது என்கிறோம். (தமிழ் நெடுங்கணக்கிலும் ஒலிதான் அடிப்படை) இதன் அர்த்தம் நெடுங்கணக்கிலுள்ள எழுத்துகள் ஒலிகளை முன்னிறுத்துகின்றன. இவைதாம் மொழியியலாளரின் ஆய்வுக்குரிய, மொழியின் மிகவும் அடிப்படையான ஆக்கக்கூறுகளாய் இருக்கின்றன. நம் உடம்பிலுள்ள உறுப்புகளின் செயல்பாட்டைப் புறக்கருவிகள் அதிகரிக்கும் என்ற அர்த்தத்தில், ஒலிசார்ந்த நெடுங்கணக்கு ஒரு கருவி, ஓர் ஊடகம். இந்த ஊடகம் நம் நுரையீரல், நாக்கு, பற்கள், உதடுகள் மூலம் வெளிப்படுத்தும் மொழியின் ஒலிகளைக் காட்சிக்கு உரியவையாக்கித் தருகிறது. ஆகையால் மொழியின் ஒலிகள் நம் மனதில் தோன்றும் எண்ணங்களுக்கு உருக்கொடுப்பதில் ஒரு கட்டம் அல்லது விரிநிலை. இப்போது நாம் எந்த அடிப்படைக் கருத்திலிருந்து தொடங்கினோமோ அதற்கே மீண்டும் வந்து விட்டோம்: மொழி ஒரு கருவி.

ஒலிசார்ந்த நெடுங்கணக்கு ஒரு கருவி என்றோ ஊடகம் என்றோ கூறுவது அது நம் உடம்பிலுள்ள உறுப்புகளின் செயல்பாட்டை அதிகரிக்கிறது என்பது மட்டுமல்ல, அதை இன்னும் அடிப்படையான அர்த்தத்தில் கூறினால் அதனிடையே சென்று ஒன்றிணைக்கிறது. ஒலிசார்ந்த நெடுங்கணக்கு எதன் இடையே சென்று எதனை ஒன்றிணைக்கிறது? அர்த்தத்தையும் ஒலியையும். (அதாவது அது மொழியின் அர்த்தங்களுக்கும் ஒலிகளுக்கும் இடையே நின்று இரண்டையும் இணைக்கிறது என்பதாலும்தான்).

ஆங்கிலத்தின் ஒலிசார்ந்த எழுத்துமுறை யைச் சீன மொழியின் எழுத்துமுறையோடு ஒப்பிட்டுப் பார்த்தால், சீன மொழியில் வார்த்தைக்கும் அதன் அர்த்தத்திற்கும் 'இடையே ஒலி நிற்பதைக்' காண முடியாது. சீன எழுத்துகள் அர்த்தங்களைக் கொடுக்கின்றன. ஆனால் எழுதியிருப்பதை எப்படி உச்சரிப்பது என்பதை அவை காண்பிப்பது இல்லை.

இதைப் புரிந்துகொள்ள உங்களுக்குக் கொஞ்சம் சிரமமாக இருந்தால், + அல்லது $ அல்லது % ஆகிய குறியீடுகளை நினைத்துப்பாருங்கள். இந்தக் குறியீடுகளில் அவற்றை எப்படி உச்சரிக்க வேண்டும் என்பதற்கு ஒரு குறிப்பும் இல்லை. இவற்றை எழுத்துகளில் plus (கூட்டல்), dollar (டாலர்), percent (சதவிகிதம்) என்று எழுதும்போது அவற்றை உச்சரிப்பதற்கு ஒலிக்குறிப்புகள் இருக்கின்றன. ஆங்கிலத்தில் ஒவ்வொரு வார்த்தைக்கும், ஒலிகளுக்குப் பதிலாக, ஒரு குறியீடு இருப்பதாகக் கற்பனை செய்து பாருங்கள்; உதாரணமாக, plus என்பதற்குப் பதிலாக +, dollar என்பதற்குப் பதிலாக $, percent என்பதற்குப் பதிலாக %. இந்தக் குறியீட்டுச் சொற்களை எப்படி உச்சரிப்பீர்கள்? *(எண்ணுப் பெயர்களை 1, 2 என்று எண்ணாக எழுதுவதிலும், ஒன்று, இரண்டு என்று சொல்லாக எழுதுவதிலும் இதே வேறுபாடு உண்டு)* இதைப் புரிந்துகொண்டால், உங்களுக்குச் சீன மொழி எப்படி அமைந்திருக் கிறது என்பதும், அது எப்படி ஒலி சார்ந்த நெடுங்கணக்கிலிருந்து வேறுபட்டிருக்கிறது என்பதும் புரியும்.

மொழியியலாளர்கள் ஒன்பதிலிருந்து ஐந்து மணி வரை தங்கள் வேலை நேரத்தில் என்ன செய்கிறார்கள்?

சிலர் ஒரு மொழியை எடுத்துக் கொண்டு அதன் ஒலிகள் எப்படிப் பல இடங்களில் பல விதமாக ஒலிக்கின்றன என்று ஆராய்கிறார்கள் (உதாரணமாக, p என்னும் எழுத்தை *pot* என்னும் ஆங்கில வார்த்தையின் முதலில் அதிர்வோடும், *top* என்னும் வார்த்தையின் முடிவில் அதிர் வில்லாமலும் இரண்டு விதமாக உச்சரிக்கிறார்கள் என்று காட்டுவது – *தமிழில் ககரம், கங்குகள் என்னும் சொல்லில் முதலில் ஒலிப்பில்லாமலும், மெல்லெழுத்துக்குப்பின் ஒலிப்புடனும், கடைசியில் உயிர்களுக்கிடையில் உரசலுடனும் உச்சரிக்கப்படுகிறது என்று காட்டுவது)* சிலர் தங்கள் ஊரிலேயே தெருக்களில் பேசும் பேச்சு எப்படி இருக்கிறது என்று ஆராய்கிறார்கள்; வேறு சிலர் உலகத்தின் மற்றொரு கோடிக்குச் சென்று அங்கு வழக்கற்றுப் போய்க்கொண்டிருக்கும் ஒரு மொழியில் சிலர் உரையாடுவதைப் பதிவு செய்கிறார்கள்.

இவையெல்லாம் நவீன மொழியியல், அதாவது இருபதாம் நூற்றாண்டு மொழியியல். இது சுவிஸ் நாட்டு அறிஞர் ஃபெர்டினான்ட் டி சசூரின் *(1857-1913)* தாக்கத்தால் அவருடைய காலத்திலிருந்து இயங்கி வருகிறது. மொழியியலில் அவருடைய தாக்கம் அதிகமாக இருப்பதால் அவரை நவீன (இன்றைய) மொழியியலின் தந்தை என்று அழைக்கிறார்கள். ஆனால் அவருக்கு முன்பு மொழியியல் எப்படி இருந்தது?

மனிதர்கள் மொழியை பயன்படுத்தத் தொடங்கியதிலிருந்து அது பற்றி யோசித்துக்

கொண்டிருக்கும் சாத்தியம் இருக்கிறது, அல்லவா? உண்மையில், சசூர் காலத்திற்கு இருபத்திரண்டு நூற்றாண்டுகளுக்கு முன்பே மொழியியல் பற்றிய சிந்தனை முகிழ்த்திருப்பதற்கு ஆதாரங்கள் இருக்கின்றன.

மொழியியலைச் சுட்டும் *linguistique* என்னும் பிரெஞ்சு வார்த்தையேகூட சசூர் பிறப்பதற்கு இருபது ஆண்டுகளுக்கு முன்னரே வழக்கிற்கு வந்திருந்திருக்கிறது; அதற்கு ஒப்பான ஆங்கில வார்த்தையான *linguistic* என்பதை ஆங்கில அறிஞர் வில்லியம் வெவெல் 1837இலேயே தம் படைப்புகளில் கையாண்டிருக்கிறார். அவர் மொழியியல் என்பது 'மொழியை அறிவியல் ரீதியாக அணுகுதல்' என்று வரையறுத்திருக்கிறார். அமெரிக்க அறிஞர்களான நோவா வெப்ஸ்டர், ட்வைட் விட்னி ஆகியோரின் செல்வாக்கால் *linguistic* என்னும் சொல் *linguistics* என்ற வடிவம் பெற்றது.

மொழியியலுக்கு முன்பே மொழிப் புலவர்கள் இருந்திருக்கிறார்கள். 1591இல் ஷேக்ஸ்பியர் தம்முடைய *வெரோனாவின் இரண்டு சீமான்கள் (Two Gentlemen of Verona)* என்ற நாடகத்தில் மொழிப்புலவர் ஒரு மொழியைச் சிறப்பாகக் கையாளுவதில் தேர்ச்சி பெற்றவர் என்று கூறியிருக்கிறார் *(இன்று Linguist என்றால் மொழியைச் சிறப்பாகக் கையாளுபவர் என்றோ, பல மொழி பேசுபவர் என்றோ பொருள் அல்ல; மொழியை ஆராய்ச்சி செய்பவர் என்று பொருள்).* *linguist* (மொழியியலாளர்) என்னும் சொல் வழக்கத்திற்கு வரும்முன் மொழிப் புலவர்கள் *philologists* (சொல்லாய்வாளர்கள்) என்று அழைக்கப்பட்டார்கள். இரண்டு சொற்களும் சசூர் காலத்தில் வழக்கத்தில் இருந்தன *(தமிழில் மொழி ஆய்வாளர்கள், இலக்கண ஆசிரியர்கள் எனப்பட்டனர். தமிழில் இலக்கண ஆராய்ச்சி இரண்டாயிரம் ஆண்டுகளுக்கு முன்பே தொடங்கி விட்டது).*

ஒரு மொழியியலாளர் நாளின் எந்த நேரத்திலும் எதைச் செய்யமாட்டார்? ஒரு மொழியைப் பதிவு

செய்வது, ஆராய்வது, அது செயல்படும் விதிகளை விளக்குவது, அதை எப்படி நாம் கற்றுக்கொள்கிறோம் என்று அறிவது ஆகிய வற்றோடு இன்னும் பல செயல்கள் செய்வது ஒரு மொழியியலாளரின் வேலை. ஆனால், மொழியை எப்படிப் பயன்படுத்த வேண்டும் என்று விதிகள் போடுவது அவர் வேலை அல்ல. ஒரு மரபணு வல்லுநர் நீங்கள் யாரோடு உறவுகொண்டு இனப்பெருக்கம் செய்துகொள்ளலாம் என்று ஆலோசனை கூறுவது எப்படிச் சரியில்லையோ, அதைப்போலவே மொழியியலாளரும் நீங்கள் எப்படி ஒரு மொழியைப் பேசவேண்டும் என்று கூறக்கூடாது. ஆனாலும், சில மொழி விஷயங்களில் மொழியியலாளர்களின் தலையீடும் மொழியில் அவர்கள் செய்யும் திருத்தங்களும் உள்ளன.

புதுவகைப் பேச்சு திணிக்கப்பட்ட மொழிமாற்றம்

மொழியில் கலப்பு: கொள்கைகளும் காவலும், நெறிமுறைகளும் அரசியலும்

1. மொழி மாற்றங்கள் தானாக வரும்; யாரும் மாற்றங்களை மொழிமீது திணிக்க முடியாது என்று சசூர் கூறியிருந்தாலும், பலர் மாற்றத்தைக் கொண்டுவர முயலாமல் இருக்கவில்லை. இந்த மாதிரியான முயற்சிகள் சிலசமயங்களில் *மொழி நெறிப்படுத்தல்* (linguistic engineering) என்று அழைக்கப்படும். மொழியை நெறிப்படுத்துதலின் மோசமான விளைவு என்ன என்று கேட்டால், அது எல்லோரையும் மொத்தமாக மூளைச்சலவை செய்கிறது (ஜார்ஜ் ஆர்வெலின் 1984இல் உள்ள *நியூஸ்பீக்*) என்று கூறலாம். இந்தச் செயலால் சில நன்மைகளும் விளையலாம். உதாரணமாக, மங்கோலிசம் (mongolism) என்று ஒரு மரபணுக் குறைபாட்டைக் குறிக்கும் சொல்லை *டவுன் சிண்ட்ரோம்* (Down's syndrome) என்று மாற்றியிருக்கிறார்கள். இது மங்கோலியர் எனும் இனத்திற்கும் இந்த நோய்க்கும் இடையே ஏற்படுத்தும் தொடர்பை அறுத்துவிடுகிறது. ஒரு நிறுவனத்தை நிறுவியவரை தந்தை (father) என்று குறிப்பதை நிறுவனர் (founder) என்று மாற்றுவது மற்றோர் உதாரணம். இதில் ஆணுக்குக் கொடுக்கும் முக்கியத்துவம் குறைகிறது; நிறுவியவர் பெண்ணாக இருந்தாலும் நிறுவனர் எனும் சொல் பொருந்தும். (தமிழில் எழுத்தாளி, ஆசிரியை ஆகிய சொற்களுக்குப் பதில் எழுத்தாளர், ஆசிரியர் ஆகிய சொற்களைப் பயன்படுத்துவதைப் பார்க்கலாம்).

2. கனடாவில் பிரெஞ்சு மொழி பேசுபவர்கள் முதன்மையாக உள்ள க்யுபெக் (Quebec) என்னும் மாநிலத்தில் *பிரெஞ்சு மொழியைப் பாதுகாக்க* ஓர் ஆணையம் இருக்கிறது. இதை *மொழிக் காப்பாளன்* (language police) என்று ஆங்கிலத்தில் பாமர வழக்கில் குறிப்பிடுவார்கள். க்யுபெக் மாநில அரசு பிரெஞ்சு மொழிப் பயன்பாடு பற்றி இயற்றும் (குறுகிய மனப்பான்மை கொண்ட, தவறான வழியில் இட்டுச் செல்லும்) சட்டங்களைச் செயல் படுத்தி பிரெஞ்சு மொழியைக் காப்பாற்றுவது இதனுடைய வேலை. பொது இடங்களில் பிரெஞ்சு மொழி அல்லாத மற்ற மொழிகளில் அறிவிப்புகள், விளம்பரங்கள் இருந்தால் அவற்றில் உள்ள எழுத்துக்களின் அளவு பிரெஞ்சு மொழி எழுத்துக்களின் அளவில் பாதிதான் இருக்க வேண்டும் என்பது ஒரு சட்டம் (*தமிழ்நாட்டிலும் இப்படிப்பட்ட சட்டம் உண்டு*). மான்ட்ரியாலில் (Montreal) கல்லறைக் கற்கள் தயாரிக்கும் ஒரு கடைக்காரர் ஐம்பது ஆண்டு களாக வைத்திருந்த அறிவிப்புப்பலகையில் இருந்த ஹீப்ரு எழுத்துக்களைச் சிறியதாக்கும்படி இந்த ஆணையம் வலியுறுத்தியது. மொழிக் காப்பாளன் ஆங்கில மொழியில் மட்டும் எழுதப்பட்ட பொதுவிடக் குறிகளைக் கண்டுபிடித்து நீக்குவதில் தீவிரமாக இருந்துவருகிறது.

3. ஒருவருடைய பிறப்பு, பால், வயது, பாலுறவு விருப்பங்கள், உடல் குறைபாடு, பண்பாட்டு வேறுபாடு, மதநம்பிக்கை ஆகியவற்றின் அடிப்படையில் அவரைக் குறைத்துச் சொல்லும் வழக்குகளை மொழியிலிருந்து நீக்கும் அளவிற்கு இன்றைய சமுதாயம் முன்னேற்றம் கண்டிருக்கிறது. ஆனால் மொழியியலாளர்களும் மற்றவர்களும் வேறுபாடு விளைவிக்கும் மொழி வழக்கு எது என்று வரையறுப்பதில் ஒரே கருத்தைக் கொண்டிருக்கவில்லை.

ஃபெல்லோஷிப் (fellowship) என்னும் வார்த்தை பாரபட்சமுடையதா? உதவித் தொகை பெறுபவர் பெண்ணாக இருந்தால் அவருக்கு வேறுபெயர் கொடுக்க வேண்டுமா? Fellow எனும் வேர்ச்சொல்லிற்குப் பல அகராதிகளில் கொடுக்கப் பட்டிருக்கும் முதன்மையான அர்த்தம் மனிதன் அல்லது பையன். ஆனால் வரலாற்று ரீதியாக இதற்குக் கூட்டாளி, துணைவர், பொறுப்புடையவர் போன்ற அர்த்தங்களும் உள்ளன. மேலும், பால் வேறுபாடு இல்லாத தொழில் கூட்டாளி (business partner) என்ற அர்த்தத்தில்தான் பழைய ஆங்கிலத்தில் fellow என்ற சொல் பயன்படுத்தப்பட்டது. பழைய ஆங்கிலத்தில் தொழில் கூட்டாளி என்ற வார்த்தை பால் வேறுபாடு இல்லாமல் கையாளப்பட்டிருந்தாலும், ஆயிரம் ஆண்டுகளுக்கு முன்பு எத்தனை பெண்கள் தொழில் கூட்டாளிகளாக இருந்திருப்பார்கள்! *(Associate (கூட்டாளி), Companion (துணைவர்) என்று அர்த்தம் வரும் இடங்களில் இப்படிப் பிரச்சினை உள்ள வார்த்தைகளில் ஒன்றைத்தான் பயன்படுத்த வேண்டியிருக்கும் என்று ஒருவர் வாதிடுவதற்கு இடமிருக்கிறது).*

2

சாம்ஸ்கி, ஃபாஸா, மித்ரிடேட்ஸ்
(இது ஒரு வணிக நிறுவனம் அல்ல!)

நீங்கள் ஏற்கனவே மொழியியல் பற்றிக் கொஞ்சம் படித்திருந்தால், அமெரிக்காவில் கடந்த ஐம்பது ஆண்டுகள் நோம் சாம்ஸ்கி இந்தத் துறையில் ஆதிக்கம் செலுத்துகிறார் என்பதை அறிந்திருப்பீர்கள். சாம்ஸ்கி பென்சில்வேனியா பல்கலைக்கழகத்தில் முனைவர் பட்டத்திற்குப் படித்து முடித்த கையோடு *தொடரின் அமைப்புகள் (Syntactic Structures)* என்ற புத்தகத்தை 1957இல் வெளியிட்டு மொழியியலின் திசையைத் திருப்பினார். அது ஒரு சிறிய புத்தகம்தான். என்றாலும், அது ஒரு தீப்பொறியாக அமைந்தது. மொழியியலாளர் *மொழி ஆய்வை எப்படி அணுக வேண்டும்* என்ற வாதத்தை அது தொடங்கி வைத்தது. இன்னும் அந்த விவாதம் நடந்து கொண்டிருக்கிறது. மொழியியல் பற்றிய சாம்ஸ்கியின் அடிப்படைக் கருத்துகள் காலப்போக்கில் மாறி வந்ததைப் போல, மொழியியலும் தன்னுடைய வளர்ச்சியில் பல நிலைகளைக் கடந்து வந்திருக்கிறது. ஆனால் அப்படியொன்றும் இல்லை என்கிறது உலகச் சாதனைகளைப்

சாம்ஸ்கி

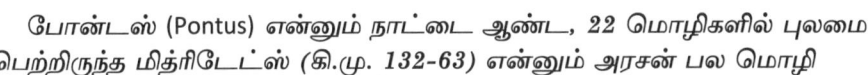

"சாம்ஸ்கி உலகத்திலேயே மாபெரும் மொழிப்புலமையாளரா?"

பட்டியலிடும் *கின்னஸ் புத்தகம்*. அதில் அந்த முதல் இடத்திற்குப் போட்டியிடுபவர் பிரேஸிலைச் சேர்ந்த, 58 மொழிகள் எழுதப் பேசத் தெரிந்த, ஸியாட் ஃபாஸா என்று அது குறிப்பிடுகிறது.

போன்டஸ் (Pontus) என்னும் நாட்டை ஆண்ட, 22 மொழிகளில் புலமை பெற்றிருந்த மித்ரிடேட்ஸ் (கி.மு. 132-63) என்னும் அரசன் பல மொழி பேசும் ஆற்றல் பெற்றவர்களில் முதல்வன் என்று சரித்திரம் கூறுகிறது.

கின்னஸ் புத்தகம், நாம் முன்னால் பார்த்தபடி – ஏன் ஷேக்ஸ்பியரின் கருத்தின்படியும்கூட – பன்மொழிப் புலவர்களை மொழியியலாளர் என்கிறது. அப்படிப் பார்த்தால் அரசன் மித்ரிடேட்ஸ் அருகில்கூட டாக்டர் சாம்ஸ்கி போகமுடியாது! ஃபாஸாவின் அருகில் போவது இன்னும் கஷ்டம்!

3
மொழியியல் அன்றும் இன்றும்

மொழி ஆராய்ச்சியை விளக்குவதற்காக, மொழியியல், மொழியியலாளர் என்னும் வார்த்தைகளைக் கண்டுபிடிக்கும் தேவை இருந்திருக்கவில்லை. தருக்கநெறிக்கும் (Logic) மொழிக்கும் உள்ள தொடர்பு பற்றிய சிந்தனை முற்காலத்தில் அரிஸ்டோட்டில் காலத்திலிருந்தே இருந்து வந்திருக்கிறது. மொழியியல் என்று பின்னால் அழைக்கப்பட்ட துறைக்கு அவர் சொற்களைப் பெயர், வினை என்று வகைப்படுத்தியதே தொடக்கமாக அமைந்தது (தொல்காப்பியமும் இந்த வகைப்பாட்டைத் தருகிறது).

மொழிக்கும் தருக்கநெறிக்கும் உள்ள தொடர்பு இப்போதும் மொழியியலில் முக்கியமாகக் கருதப்படுகிறது. இரண்டாவது உலகப் போருக்குப் பிறகு கணினியின் பயன்பாடு புழக்கத்திற்கு வந்தபோது மொழிபெயர்ப்பிற்குக் கணினியைப் பயன்படுத்தலாம் என்ற யோசனை யாருக்கோ வந்தது. கணினி மூலம் மொழிபெயர்க்க வேண்டும் என்றால் தருக்கநெறிக்குள் வரும் மொழியின் எல்லா அம்சங்களையும் கணினிக்குக் கொடுக்கவேண்டும். இந்தத் தேவையால் மொழி ஆய்வில் தருக்க, கணித மாடல்கள் தோன்ற ஆரம்பித்தன; அன்றிலிருந்து இன்று வரை இவை முக்கியத்துவம் வகிக்கின்றன.

கணினி மூலம் மொழிபெயர்க்க முதல்முதலாக முயன்றபோது அந்த முயற்சி வெற்றி பெறவில்லை என்று கூறப்படுகிறது (கணினியில் மற்ற

இயந்திரங்களை இயக்குவதற்கு உள்ளது போல பாகங்கள் இல்லையென்றாலும், அதை இயந்திர மொழிபெயர்ப்பு என்றே அழைத்தார்கள்). பல நாடுகளைச் சேர்ந்த மொழியியலாளர்களும் மொழிபெயர்ப் பாளர்களும் அடங்கிய ஒரு குழு இந்தப் பணியில் மிகவும் கடுமையாக அதிக காலம் உழைத்து, கணினி, ஆங்கிலத்திலிருந்து ஜப்பானிய மொழிக்கு மொழிபெயர்க்கத் தயாராக இருக்கிறது என்று நம்பினர். மொழிபெயர்ப்பிற்கு அவர்கள் கணினிக்குக் கொடுத்த முதல் வாக்கியம் 'மனம் விரும்பினாலும் உடல் ஒத்துழைக்க வில்லை (The spirit is willing, but the flesh is weak)'. மொழிபெயர்ப்பிற்குக் கணினி அதிக நேரம் எடுக்கவில்லை. ஆனால்

உள்ளீடு ≠ வெளியீடு

துரதிருஷ்டவசமாக அது கொடுத்த மொழிபெயர்ப்பின் அர்த்தம்தான் விசித்திரமாக இருந்தது. 'பானம் நன்றாக இருந்தது, ஆனால் இறைச்சிதான் மோசமாக இருந்தது (The drink is all right, but the meat is lousy)'. spirit என்றால் மதுபானம் என்று ஆங்கிலத்தில் ஓர் அர்த்தம் உண்டு; flesh என்றால் இறைச்சி என்றும் அர்த்தம் கொள்ளலாம்; கணினி இந்த அர்த்தங்களை எடுத்துக் கொண்டு மொழிபெயர்த்தது. கணினி மொழிபெயர்ப்பு ஆராய்ச்சி மறுபடி ஆரம்பித்த இடத்திற்கே போக வேண்டியதாயிற்று.

*****

கணினியால் ஒரு வாக்கியத்தின் அமைப்பை எளிதாகக் கண்டுகொள்ள முடியும்; ஆனால் அதில் வாக்கிய அமைப்பின் விதிவிலக்குகளை வரையறுப்பது மிகவும் கடினம். எல்லா மனித மொழிகளிலும் ஓர் அமைப்புமுறை இருக்கிறது; ஏனெனில் மனித மனம் ஒழுங்கை/அமைப்பை உண்டுபண்ணக் கூடியது. இருப்பினும், மொழிகளில் உள்ள ஒழுங்கு/அமைப்பு, எல்லா வகைகளிலும், முழுமை பெறாததாக, குறைபாடுள்ளதாக, ஒரே சீராக இல்லாததாக உள்ளது:

sing-sang-sung, ring-rang-rung உண்டு;
sink-sank-sunk உண்டு, ஆனால் think-thank-thunk இல்லை;
pink-pank-punk நிச்சயமாக இல்லை.
horror-horrid-horrify என்பதில் பெயர், பெயரடை, வினை என்று மூன்று வடிவங்களும் வந்து அமைப்பு முழுமை பெறுகிறது; terror-terrify என்பதில் பெயரடை இல்லை; candor-candid என்பதில் பெயரும், பெயரடையும் உண்டு, வினை இல்லை.

இவை முழுமை பெறாத அமைப்புகள். [தமிழில், மறந்தான், மறப்பான், மறக்கிறான் எனும் வினைவடிவங்கள் முழுமைபெற்ற அமைப்பு; ஆனால், பயந்தான் என்ற வினைவடிவத்தின் அமைப்பு முழுமைபெறவில்லை; *பயப்பான், *பயக்கிறான் என்ற வினைவடிவங்கள் வழக்கில் இல்லை. அழகான (பாட்டு), அழகாக (பாடு), பிரமாதமான (பாட்டு), பிரமாதமாக (பாடு) என்று பெயர்களில் -ஆன சேர்த்துப் பெயரடையாகவும், -ஆக சேர்த்து வினையடையாகவும் வரும்; ஆனால், அபாயமான (செயல்) என்ற பெயரடை உண்டு; அபாயமாக (செய்) என்ற வினையடை இல்லை; சான்றாக (காட்டு) என்ற வினையடை உண்டு; சான்றான (காட்சி) என்ற பெயரடை இல்லை].

இந்த மாதிரியான முழுமைபெறாத ஒழுங்குமுறை மொழியைப் பேசும் நமக்குப் பிரச்சினை அல்ல; நாம் எவை எங்கே எப்படி வருகின்றன என்று மற்றவர்கள் பேச்சில் கேட்டுக் கற்றுக்கொள்கிறோம். கணினிக்குப் 'புரிந்து' கொள்வது ஒரு பெரிய பிரச்சினை. ஆங்கிலத்தில் have a smoke/drink/bite என்று சொல்லலாம்; ஆனால், *have an eat என்று சொல்ல முடியாது. இது நமக்குப் புரியும்; கணினிக்குப் புரியாது (தமிழில் புலிக்குட்டி, ஆட்டுக்குட்டி என்று வரும்; *மாட்டுக்குட்டி என்று வராது).

மொழியியலில் * எனும் உடுக்குறியை ஒரு வார்த்தைக்கோ சொற்றொடருக்கோ முன்னால் எழுதினால் அது வழக்கில் இல்லை என்று பொருள்.

*terrid, *candify என்று எழுதினால் இந்தச் சொற்கள் ஆங்கிலத்தில் இல்லை என்று பொருள். (இந்தக்

குறியைப் பயன்படுத்தத் தொடங்கியதும், ஒரு மொழியியலாளர், 'உலக மொழியியலாளர்களே, ஒன்று சேருங்கள்; உங்களிடம் உங்களுடைய உடுக்குறியைத் தவிர வேறு ஒன்றும் இல்லை' என்று கேலிக்குரல் எழுப்பினார்).

எழுதுவதைப் பற்றி இன்னும் கொஞ்சம்

நாம் இதுவரை பார்த்த மூன்று குறிப்புகளுக்கு மீண்டும் வந்து அவற்றை ஒன்றாகச் சேர்த்துப் பார்ப்போம்: 1. மொழியியலாளர்கள் மொழியைக் கட்டும் சிறிய கூறுகளில்தான் அதிக ஆர்வம் காட்டுகிறார்கள். 2. ஒரு சராசரி மொழியியலாளர், ஒருவரின் வாயிலிருந்து வரும் பேச்சில்தான் அதிகக் கவனம் செலுத்துவாரேயொழிய எழுதும் வார்த்தைகளில் அல்ல. 3. நாம் ஆங்கிலத்தை அதனுடைய நெடுங்கணக்கை வைத்து எழுதும்போது வார்த்தை களை எப்படி உச்சரிக்க வேண்டும் என்பதையும் அறிந்துகொள்கிறோம்.

கடைசியாகச் சொன்ன கூற்றை நினைத்துப் பாருங்கள். அது பாதிதான் உண்மை. Knight, gnome, psyche ஆகிய ஆங்கில வார்த்தைகளில் முதல் எழுத்து எப்படி ஒலிக்க வேண்டும் என்பதை அந்தக் கூற்று சொல்லவில்லை. ஆங்கில மொழியின் நீண்ட வரலாற்றில் அதன் பேச்சு மொழியில் ஏற்பட்ட மாற்றங்களுக்குத் தகுந்தவாறு எழுத்து மொழி மாறவில்லை. அதனால் ஒரே ஒலியுடைய, ஆனால் வேறு எழுத்துக்களைக் கொண்ட, வார்த்தைகள் இருக்கின்றன. எ.கா: way, weigh, whey. அதேசமயம் ஒரே எழுத்திற்குப் பல ஒலிகள் உள்ள வார்த்தைகளும் இருக்கின்றன. எ.கா: on, once, onion, only என்ற வார்த்தைகளில் உள்ள /o/ எனும் எழுத்தின் ஒலி. மேலும், ஓர் ஒலியைக் குறிக்க இரண்டு எழுத்துக்கள் சேர்ந்து வருகின்றன. எ.கா: th, sh. மேலே சொன்னது போல, Knight, gnome, psyche போன்ற வார்த்தைகளில் ஒலியே இல்லாத எழுத்துக்கள் இருக்கின்றன *(தமிழில் எழுத்துக்கும் ஒலிக்கும் இடைவெளி மிகவும் குறைவு. வெவ்வேறு எழுத்து களான றகரமும், ரகரமும் ஒரே ஒலியைக் கொண்டிருக்கின்றன. அவை போன்றே நகரமும், னகரமும். சகரம் சட்னி என்ற சொல்லில் வல்லொலியும், சாம்பார் என்ற சொல்லில் உரசொலியும் கொண்டிருக்கிறது. ஒரே இடத்தில் வந்தாலும் ககரம் கால்கள், பால்காரன் என்ற சொற்களில் உரசொலியும் வல்லொலி யும் கொண்டிருக்கிறது. பாவம் என்ற சொல் அதன் பொருளைப் பொறுத்து ஒலிப்பின்றியும் ஒலிப்புடனும் ஒலிக்கிறது).*

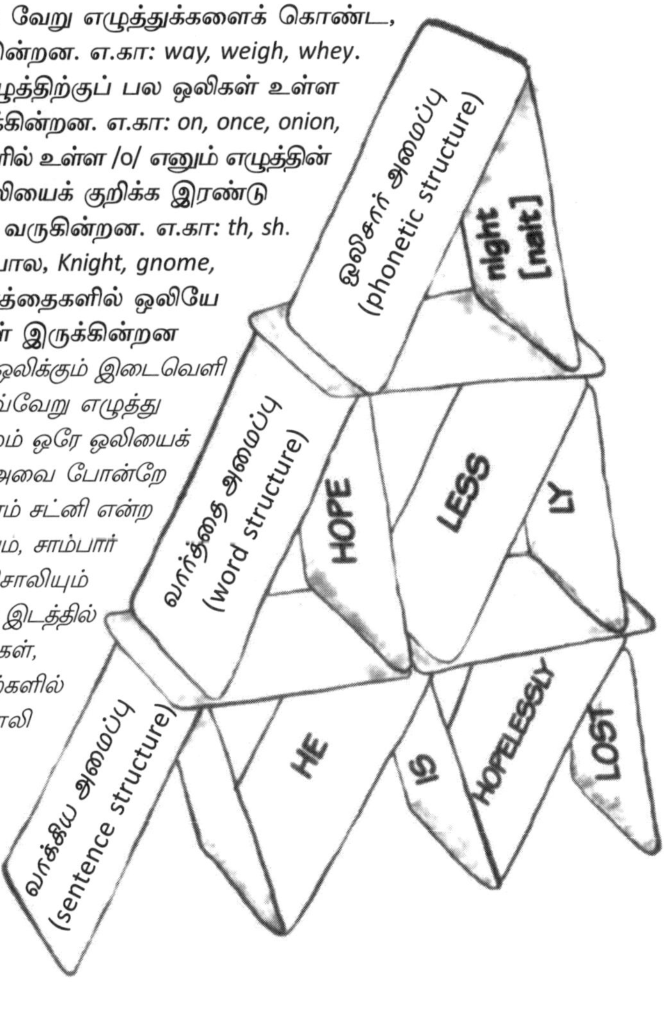

ஒலிசார் அமைப்பு
(phonetic structure)
night
வார்த்தை அமைப்பு
(word structure)
HOPE
LESS
LY
வாக்கிய அமைப்பு
(sentence structure)
HE
IS
HOPELESSLY
LOST

சரியாகப் பேசுதல் — நயநாகரிகமாகப் பேசுதல்

மேட்டுக்குடி உச்சரிப்பு

சரியாகப் பேசுதல், நயநாகரிக மாகப் பேசுதல் எனும் இந்தத் தொடர் பிரிட்டனில் பேசும் ஆங்கிலத்தின் தரமான உச்சரிப்பை (Received Pronunciation, RP) குறிக்கிறது. இது பிரிட்டனின் மிகவும் பெருமை பெற்ற ஆங்கிலக் கிளைமொழி. இது குறிப்பிட்ட இடம் சார்ந்த கிளைமொழி அல்ல; இது தெற்கு மாவட்டங் களோடு சம்பந்தப்பட்டிருந் தாலும், இது ஒரு சமூகப் பிரிவின் கிளை மொழி. இது அதிகம் படித்த, அதிகாரத்தில் உள்ள ஆங்கிலேயர்கள் பயன்படுத்தும் கிளைமொழி. இது பிபிசி என்னும் செய்தி நிறுவனத்தின் உச்சரிப்பு; தனியார் சிறப்புப் பள்ளிகளில் கேட்கும் உச்சரிப்பு; சரியாகவும் நயநாகரிகமாகவும் பேசுபவரின் உச்சரிப்பு.

நயநாகரிகமாகப் பேசுதல்

செல்லப் பிராணிகள் விற்கும் கடைக் காரரிடம் ஓர் ஆங்கிலப் பேராசிரியர் முறையிட்டார். அவர் அண்மையில்தான் அந்தக் கடைக்காரரிடமிருந்து ஒரு கிளியை வாங்கியிருந்தார்: 'அந்தக் கிளி முறையற்ற மொழி பேசுகிறது'. 'அப்படியா? எனக்கு ஆச்சரியமாக இருக்கிறது. நான் ஒருபோதும் அதற்கு கெட்டவார்த்தைகள் சொல்லிக் கொடுக்கவில்லையே' என்றார் கடைக் காரர் பேராசிரியர் 'ஓஹோ, நான் அதைச் சொல்லவில்லை. அது எப்போதும் செயவென் எச்சத்திற்குள் வினையடை யைப் போட்டு (split infinitive) பேசுகிறது (அதாவது இலத்தீனில் உள்ளது போல் you really have to watch her என்று பேசுவதற்குப் பதில் you have to really watch her என்று பேசுகிறது)' என்றார் (தமிழில், செய்திகள் வாசிப்பது அரசு என்று பேசுவது தவறு, செய்திகள் வாசிப்பவர் அரசு என்று பேச வேண்டும் என்று சொல்வது மற்றொரு உதாரணம்).

எழுதுவதைப் பற்றி இன்னும் அதிகமாக

மாறும் ஒலிப்பைக்கொண்ட எழுத்துக்கூட்டுள்ள வார்த்தைகள் இருப்பதும், ஒலி இல்லாத எழுத்துக்கள் உள்ள வார்த்தைகள் இருப்பதும் ஆங்கிலத்திற்கு மட்டுமே உரியதல்ல. இன்னொரு உதாரணத்தைப் பார்ப்போம்: பிரெஞ்சு மொழியில் 'have' எனும் பொருள் உள்ள avoir என்னும் வினைச்சொல்லிற்கு எழுவாயைப் பொறுத்துப் பல வடிவங்கள் உண்டு. அதில் ஒன்று aies. இந்த வார்த்தையில் நான்கு எழுத்துக்களுக்கும் சேர்த்து ஒரு ஒலிதான் உண்டு. ஆங்கில வார்த்தை petஇல் உள்ள /e/ஐப் போல அதை உச்சரிக்க வேண்டும்.

ஆங்கிலம், பிரெஞ்சு ஆகிய மொழிகளில் இப்படி எழுத்துக் கூட்டுவதில் குழப்பம் இருப்பதால் மொழியியலாளர்களுக்குப் பேச்சைத் திருத்தமாகவும் ஒரே சீராகவும் எழுதுவதற்குப் புது வழியைக் கண்டுபிடிக்கும் நிர்ப்பந்தம் ஏற்பட்டது. இதற்கு அனைத்து மொழிகளின் ஒலி நெடுங்கணக்கு (International Phonetic Alphabet - IPA) என்று பெயர் கொடுத்தார்கள். இதோ நாம் முன்பு உதாரணமாக பயன்படுத்திய சில வார்த்தைகள் இங்கு IPAஇல் மாற்றித் தரப்பட்டிருக்கின்றன:

night [nait]

Knight [nait]

> பெர்னாட் ஷாவின் *My Fair Lady* என்னும் நாடகத்தின் முதல் காட்சியில் எலிஸா டூலிட்டில் பேசிய ஆங்கிலத்தை ஹென்றி ஹிக்கின்ஸ் தம் நோட்டுப் புத்தகத்தில் இரண்டாவது பத்தியில் காட்டியிருப்பதைப் [nait] போல் எழுதி வைத்தார்.

Gnome [noum]

Psychic [saikik]

way [wei]
on [ɔn]
once [wʌns]
onion [ʌnjʌn]
only [ounli]
(French) aies [ɛ]

சதுர அடைப்புக் குறிகளுக்குள் உள்ளே இருப்பது ஒலிப்புமுறை சார் ஒலிபெயர்ப்பை – ஒருவர் பேசுவதை எழுத்தில் பதிவு செய்வதை – குறிக்கின்றன. நாம் வேகமாகப் பேசும்போது 'only' எனும் வார்த்தையை *[oni]* என்று உச்சரிக்கலாம். ஒரு மொழியியலாளர் அதைப் பதிவுசெய்யும் போது பேச்சைச் சரியாக ஒலிபெயர்க்க *[oni]* என்றுதான் எழுதுவார், *[onli]* என்று அல்ல.

நான் வாய் தவறி அப்படிக் கூறிவிட்டேன் என்பதும், அந்த வார்த்தையின் சரியான உச்சரிப்பு என்னவென்று எனக்குத் தெரியும் என்பதும் நிச்சயம். அதனால் மொழியியலாளர் அதைக் குறிப்பிட விரும்பினால் சதுர அடைப்புக் குறிக்குப் பதிலாகச் சாய்வுக் கோட்டிற்குள் போடுவார்: /onli/. இது ஒலியன் அடிப்படையில் எழுதும் முறைக்கான ஓர் எடுத்துக்காட்டு. மேலும் இது தனிப்பட்ட ஒருவர் பேசும் பேச்சு அல்ல, பலரும் பேசும் வழக்கு. இப்போது நாம் தனிப்பட்ட பேச்சின் அடிப்படைகளிலிருந்து (போனிடிக்ஸ்) சீரான ஒலியமைப்பின் அடிப்படையில் எழுதும் முறைக்கு (போனாலஜி) வந்திருக்கிறோம்.

இப்போது உங்களுக்கு ஒலியனியல் (Phonology) பற்றியும் சீரான ஒலியமைப்பின் அடிப்படையில் எழுதும் முறை (போனிடிக்ஸ்) பற்றியும் ஆர்வம் ஏற்பட்டிருந்தால் - நவீனகால ஹென்றி ஹிக்கின்ஸாக ஆவதற்கு விருப்பம் இருந்தால், ஒலியியல் (Phonetics) பற்றிப் பின்னால் வரும் பகுதியைப் படியுங்கள்.

சேமி மேன்ஸ்ஃபீல்டை அறிமுகப்படுத்துதல்

கிட்டத்தட்ட எல்லா மொழியியல் பாடப் புத்தகங்களிலும் ஒலியியல், ஒலியனியல் ஆகியவற்றை விளக்க, குறுக்காக வெட்டிய ஒரு தலையின் படத்தைப் போட்டு மொழியின் ஒலி எழும்பும் உறுப்புக்களையும் அவற்றில் ஒலி எழும்பும் இடங்களையும் காட்டியிருப்பார்கள். இந்த வரைபடம் ஆணின் தலையை இடது வாட்டத்தில் காட்டும். இது சுட்டிக்காட்டுவது ஒலி உருவாக்கம் (Speech mechanism). ஆங்கிலப் பெயரில் உள்ள S.M. என்ற முதல் எழுத்துக்களை வைத்து இவனுடைய தலையை சேமி மேன்ஸ்ஃபீல்ட் (Sammy Mansfield) தலை என்பார்கள். இது ஏன் ஆணுடைய தலையாக இருக்க வேண்டும் என்று கேள்வி கேட்போரும் உண்டு! (இதை பிரெஞ்சில் *appareil de production sonore* - தொனி உருவாக்கும் சாதனம் அல்லது *organes articulatoires* என்பார்கள். ஆனால் சேமிக்கு பிரெஞ்சு எதிரிணைப் பெயராக ஆல்பர்ட் பிலிப் சிமார்ட்

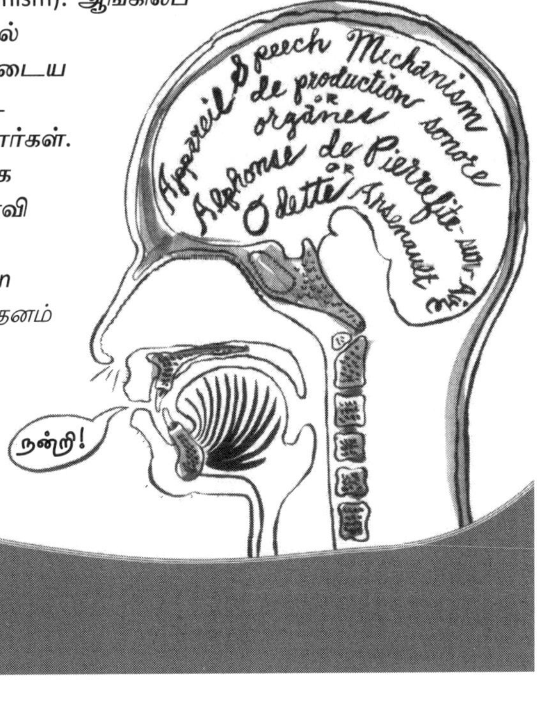

அல்லது *ஓடெட் அர்செனால்ட்டை* நிலைநிறுத்துவதற்கான முயற்சிகள் ஓரளவுக்குதான் வெற்றி அளிதிருக்கின்றன. *ஓடெட் அர்செனால்ட்* என்னும் பெண்ணின் பெயரை நிலைநிறுத்துவதற்கு எடுத்த முயற்சிகள் மெச்சத் தகுந்தவை. ஏனெனில் கால்ஸ் என்னும் பண்டையகால பிரெஞ்சுப் பழங்குடி மக்களின் பண்பாடுகளில் அடிக்கடி சந்திக்கும் ஆணாதிக்கத்தை எதிர்க்கும் முயற்சியாக இது இருந்தது). இதோ இங்கு சேமி... அல்லது ஓடெட்... அல்லது அல்போன்ஸ்.

இந்த வரைபடத்தில் சாதாரணமாக மூக்கு மூடியிருப்பதைப் பார்க்கலாம். மூக்கு மூடியிருந்தால் மெல்லொலிகள் எப்படிப் பிறக்கும்? இதைத் துல்லிய மாகக் காட்டுவதற்கும் சேமியின் வாழ்வை எளிதாக்குவதற்கும் இங்கு மூக்கு திறந்தபடி காட்டப்பட்டிருக்கிறது!

புரட்சிகரமான மாற்றம் #1
ஒலித் தடைகளைத் தகர்த்தல்

ஒவ்வொரு மொழியும் தன்னிறைவுள்ள ஓர் அமைப்பு. அமைப்பு என்பது பிரித்த கூறுகளும் (அலகுகளும்) அவற்றைத் தொகுக்க ஏற்பட்ட விதிகளும் அடங்கியது என்று அர்த்தம். ஒரு மொழியில் சொல்லின் அர்த்தத்தை வேறுபடுத்தும் ஒலிகள் மற்றொரு மொழியில் இதுபோல வேறுபாட்டை ஏற்படுத்தாது (அதாவது ஒரு சொல்லில் ஓர் ஒலி தனித்து நின்று சொல்லின் அர்த்தத்தை வேறுபடுத்தலாம். ஆனால் இன்னொரு மொழியில் இதே ஒலி சொல்லின் அர்த்தத்தை மாற்றாது). இக்குறிப்பை விளக்குவதற்கு ஆங்கிலத்திலுள்ள veal *(கன்றிறைச்சி)*, wheel *(சுழல்வட்டு/சக்கரம்)* ஆகிய வார்த்தைகளை எடுத்துக் கொள்வோம். இவற்றில் முதல் ஒலிகள் வேறுபடுகின்றன; அவையே இந்த இரண்டு சொற்களின் அர்த்தத்தை வேறுபடுத்துகின்றன. இவற்றை *ஒத்த இரட்டைகள்* (minimal pairs) என்பார்கள். மொழியின் பிரிக்க முடியாத இரட்டைகள் இவை. இவற்றில் ஓர் ஒலி மட்டுமே வேறுபட்டதாய் இருக்கும். ரஷ்யன் முதலான மொழிகளைக் கொண்ட ஸ்லாவிக் மொழிக் குடும்பத்தில் ஒன்றான உக்ரேனியனில் மேலே சொன்ன ஒலிகள் (v, w) பொருள் வேறுபடுத்தும் ஒத்த இரட்டைகளைக் காண முடியாது.

இந்த இரட்டைகள் ஒரு மொழியில் ஒலியன்கள் (phonemes) இருப்பதை மொழியியலாளர்களுக்கு எடுத்துக் கூறுகின்றன. இவை அர்த்தங்களை வேறுபடுத்தும் மொழியின் ஒலிகள். ஆங்கில மொழியின் ஒலியமைப்பில் (phonology) இருக்கும் ஒலியன்களில் /v/யும் /w/யும் அடங்கும். உக்ரேனியன் மொழியில் /v/இல் தொடங்கும் பல வார்த்தைகள் உண்டு. ஆனால் /w/இல் தொடங்கும் வார்த்தைகள் எதுவும் இல்லை. உக்ரேனியன் மொழியில் /w/இல் முடியும் வார்த்தைகள் இருக்கின்றன. ஆனால் /v/இல் முடியும் வார்த்தைகள் அம்மொழியில் இல்லை. ஆங்கிலத்தில் இரண்டு வெவ்வேறான ஒலியன்களாக இருக்கும் இரண்டு ஒலிகள் உக்ரேனியனில் ஒரே ஒலியனாக இருக்கின்றன; அந்த ஒலிகள் சொல்லில் வேறுவேறு இடத்தில் வருகின்றன. ஆங்கிலத்தில் veal/wheel போல், /v, w/ மூலம் வேறு அர்த்தம் கொடுக்கக்கூடிய இணை வார்த்தைகள் உக்ரேனியனில் இல்லை. *(ஆங்கிலத்தில் pat, bat என்ற இணையில் அவற்றின் பொருளை /p, b/ என்ற ஒலியன்கள் வேறுபடுத்துகின்றன.*

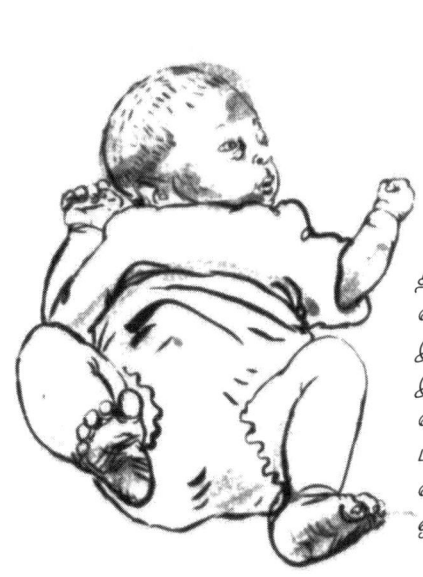

தமிழில் இந்த ஒலிகள் பம்பரம் என்ற சொல்லில் முதல் பகரத்திலும், இரண்டாவது பகரத்திலும் முறையே இருக்கின்றன. ஆனால் பொருள் வேறுபாடு ஏற்படுத்துவதில்லை. இரண்டாவது பகரத்தின் ஒலி மெல்லெழுத்தின்பின் வரும் என்பது விதி. எனவே, இந்த இரண்டு ஒலிகளும் தமிழில் ஒலியன்கள் அல்ல).

ஒலியன் என்பது என்ன என்றும் அது மொழியில் என்ன செய்கிறது என்றும் தெரியாமலேயே நாம் தாய்மொழியின் ஒலியன்களைக் கற்றுக் கொள்கிறோம் (ஒரு காரின் எஞ்சின் எப்படிச் செயல்படுகிறது என்று தெரியாமல், ஒரு கார் மெக்கானிக்காக இல்லாமல், உங்களால் கார் ஓட்டக் கற்றுக்கொள்ள முடியும்). நாம் தாய்மொழியைக் கற்றபின், அதைக் கற்ற வழியிலேயே இன்னொரு மொழியைக் கற்க முயலும்போது இரண்டாவது மொழியிலுள்ள ஒலியன்கள் முதல்மொழியில் ஒலியன்களாக இல்லை என்பதால் உச்சரிப்பு மாறுபடுகிறது. அதனால்தான் உக்ரேனியன் பேசுபவர் ஆங்கிலத்தைக் கற்றுக்கொள்ளும்போது well என்பதை [vel] என்றும் week என்பதை [vik] என்றும் கூறுவார்.

புரட்சிகரமான மாற்றம் #2
க்ரேன்பெரி சோதனையில் தேர்ச்சி பெறுதல்

இந்தக் கட்டத்தில், மொழியியல் பாடப் புத்தகங்கள் ஒலியனியலிலிருந்து (Phonology) – அதாவது ஒரு மொழியின் ஒலிகளின் அமைப்பு முறையிலிருந்து உருபனியலை (Morphology) – அதாவது அவை எப்படி ஒன்று சேர்ந்து அர்த்தங்களைத் தரும் சொற்களைக் கொடுக்கின்றன என்பதை விளக்க ஆரம்பிக்கின்றன. இங்கு நாம் க்ரேன்பெரி மொழியியலாளர் எனும் ஒரு தொடரின் மூலம் சில உண்மைகளை அறிந்துகொள்வோம். அதற்கு முன்னால் உருபனியல் வரலாற்றைப் பற்றிக் கொஞ்சம் தெரிந்துகொள்வோம்.

Morphology என்ற சொல் 'வடிவம்' என்ற அர்த்தம் கொடுக்கும் கிரேக்கப் பெயர்ச் சொல்லிலிருந்து பெறப்பட்டது. metamorphosis (வடிவமாற்றம்) என்ற சொல்லிலும் morphogenesis (வடிவப்பிறப்பு) என்ற சொல்லிலும் வேர்ச்சொல்லாக இருக்கும் அதே சொல்தான் இது. கிரேக்கப் புராணங்களில்

Morpheus (*மோர்பியஸ்*) என்னும் நித்திரைக்குரிய கடவுள் தன் கனவுகளில் பல உருவங்களை அல்லது வடிவங்களைக் கண்டதாகக் கூறப்படுகிறது. இந்தக் கடவுளின் பெயரிலும் இந்த வேர்ச்சொல் இருக்கிறது.

மொழியியலாளர்கள் ***Morphology*** எனும் வார்த்தையை மட்டும் கையாளுவ தில்லை. மற்ற துறை வல்லுநர்களும் தாவரங்கள், விலங்குகள், மனித எலும்புகள், கண்டங்கள் ஆகியவற்றின் வடிவங்களுக்கு இந்தச் சொல்லைப் பயன்படுத்துகிறார்கள். மொழியியலில், அர்த்தமுள்ள மிகச் சிறிய மொழிக் கூற்றைக் குறிக்க இந்தச் சொல்லைப் பயன்படுத்துகிறார்கள். இந்த மொழிக்கூறு **morpheme (உருபன்)** என்று அழைக்கப்படுகிறது. *(உருபன் என்ற தமிழ்க் கலைச்சொல் வேற்றுமை உருபு முதலான இலக்கணக் கலைச்சொற்களில் உள்ள உருபு என்னும் சொல்லிலிருந்து ஆக்கப்பட்டது).*

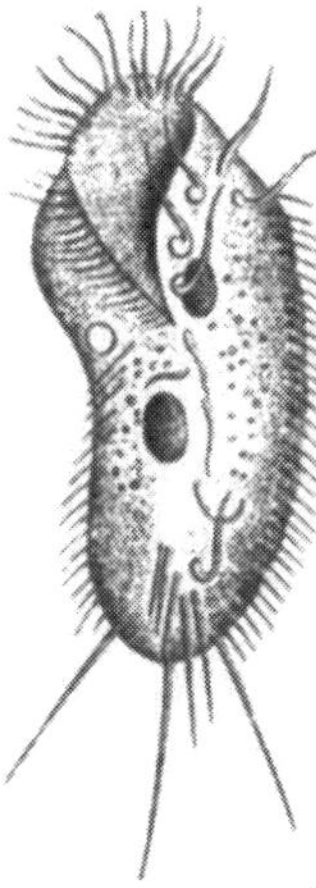

உருபன் ஒரு சொல்லாக இருக்க வேண்டுமென்பதில்லை; அர்த்தத்தைக் கொடுக்குமென்றால் ஒரு சொல்லின் பகுதியாகக் கூட இருக்கலாம். *In* என்பது ஒரு **உருபன்**, ஒரு சொல்லும் கூட; *direct* என்பது ஒரு **உருபன்**, ஒரு சொல்லும்கூட; *indirect* என்பது இரண்டு **உருபன்களைக்** கொண்டது, என்றாலும் அது ஒரே சொல். 'இல்லை' என்ற அர்த்தத்தைக் கொடுக்கும், *indirect* என்ற சொல்லின் முதலில் இருக்கும், *in* என்பது *out* என்ற சொல்லின் எதிர்மறையல்ல. *in direct communication* (நேரடித் தொடர்பில்) என்பதையும் *indirect communication* (மறைமுகத் தொடர்பு) என்பதையும் ஒப்பிட்டுப் பாருங்கள் *(தமிழில், அநாகரிகம், அந்நாகரிகம் என்னும் சொற்களில் உள்ள அகரத்தை ஒப்பிட்டுப் பாருங்கள்).*

உருபனியல் மொழியியலில் ஒலியனியலையும் **தொடரியலையும்** (syntax) இணைக்கும் பகுதி. ஒலியனியல் மொழியின் ஒலி அமைப்பை ஆராய்கிறது. **தொடரியல்** அர்த்தமுள்ள சொற்களின் வரிசைப் படுத்தலை ஆராய்கிறது. சொற்கள் ஒலியன்கள் சேர்ந்து அமையும் **உருபன்களால்** அமைகின்றன.

இப்போது *க்ரேன்பெரி மொழியியலாளர்* பற்றிப் பார்ப்போம். இந்தச் சொல் **உருபனியல்** ஆய்வாளர்களைக் கேலிசெய்யும் சொற்கூறாகப் பார்க்கப்படுகிறது. ஒருவகையான பழத்தைக் குறிக்கும் *cranberry* என்னும் சொல்லில் உள்ள *cran* என்னும் **உருபன்** பற்றிய ஆய்விலேயே இவர்கள் கவனம் செலுத்துகிறார்கள், அதற்குமேல் அவர்களுக்கு வேறு எதுவும் முக்கியமாகப் படாது என்பதே கேலிக்கான விஷயம். *cran* **உருபனானால்** அதற்கு அர்த்தம் இல்லை; அது வேறு எந்த வார்த்தையின் பகுதியாகவும் இல்லை. க்ரேன்பெரி பழச்செடிகள் வளரும்

சதுப்புநிலத்தைக் கொக்குகள் (cranes) தங்களுடைய இனப்பெருக்கக் காலத்தில் தேர்ந்தெடுப்பதால் பெரி பழத்திற்கு இந்தப் பெயர் வந்திருக்கலாம் என்று ஒரு விளக்கம்! ஆனால் எல்லா மொழியியலாளர்களும் – அவர்கள் க்ரேன்பெரி மொழியியலாளர்களாக இருந்தாலும் அல்லது இல்லாவிட்டாலும்கூட – இதை ஒப்புக்கொள்வதில்லை. முதலில் அமெரிக்காவிற்கு வந்த குடியேறிகள் க்ரேன்பெரிச் செடியின் வளைந்த பூக்கள் கொக்குகளைப் போன்று இருந்ததால் இந்தப் பெயரை அந்தப் பழத்திற்குக் கொடுத்ததாக இன்னொரு விளக்கமும் தரப்படுகிறது. இவர்கள் crane என்ற வார்த்தை எப்படி வந்தது என்பதில்தான் கவனம் செலுத்துகிறார்களேயொழிய crane எப்படி cran என்று மாறியது என்று சொல்வதில்லை; இந்த மாற்றம் sane/sanity, urbane/urbanity, profane/profanity முதலான சொற்களில் இருந்தாலும்கூட. அமெரிக்காவிலிருந்து க்ரேன்பெரி பிரிட்டிஷ் ஆங்கிலத்தில் இறக்குமதி செய்வதற்குமுன் பிரிட்டனில் இதே செடியும் பழமும் இருந்தன; அவை marsh-whort, fen-whort, fenberry, marshberry, mossberry என்று அழைக்கப்பட்டன. ஜெர்மன், ஸ்வீடிஷ், டேனிஷ் ஆகிய ஐரோப்பிய மொழிகளில் craneberry என்பதன் நேரடி மொழிபெயர்ப்பாக 'கொக்குபெரி' என்பது போன்ற ஒரு தொகைச் சொல் இருக்கிறது! இது க்ரேன்பெரி என்ற சொல்லின் கதை!

புரட்சிகரமான மாற்றம் #3
க்ரேன்பெரிகளுக்கு அப்பால் சொல்தொகுப்புகள்

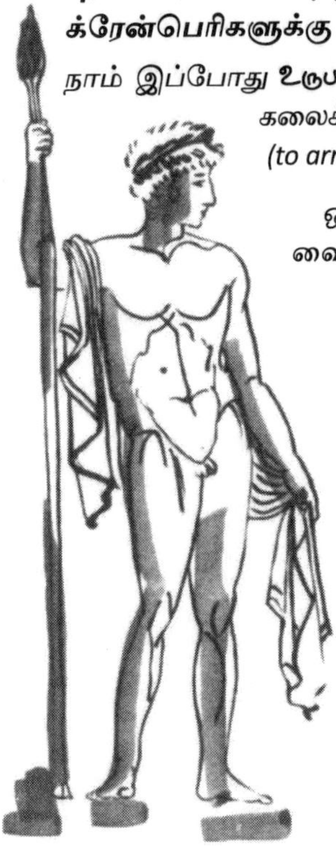

நாம் இப்போது **உருபனியலிலிருந்து தொடரியலுக்குப்** போவோம். இந்த கலைச்சொல் கிரேக்க மொழியின் *syn (together)* + *tassein (to arrange)* என்ற பதங்களிலிருந்து வருகிறது.

ஒலியனியலில் ஒலியன்கள் ஒரு சீரில் அடுக்கி வைக்கப்படுகின்றன.

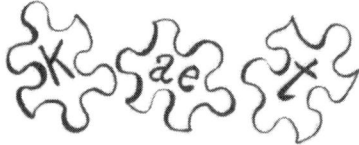

இப்படிச் சீராக அடுக்கி வைக்கப்பட்டது **உருபன்** என்னும் அர்த்தமுள்ள ஓர் அலகை (Unit) உருவாக்குகிறது. சொல்லும் உருபனே.

cat

தொடரியலில் உருபன்கள் ஒன்றாக அடுக்கி வைக்கப்படுகின்றன.

இப்படி அடுக்கி வைக்கப்பட்டவை சிக்கலான அர்த்தம் தரும் *தொடர்*, *வாக்கியம்* ஆகிய அலகுகளை உருவாக்குகின்றன.

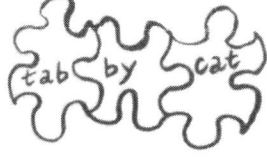

TABBY CAT
(பெண் பூனை)

ஒலியனியல், **உருபனியல், தொடரியல்** ஆகிய மூன்றும் மொழியை ஆராய்வதற்கு ஏற்படுத்திக்கொண்ட பல நிலைகளாகும். மொழியியலாளர்கள் மொழியை ஆராயும்போது ஒவ்வொரு நிலைக்கும் உரிய அடிப்படைக் கூறுகளைக் கண்டறிகிறார்கள். ஆனால், இந்த மாதிரிப் பிரித்துப் பார்க்கும் தனி நிலைகள் மொழியைப் பேசும்போது ஏற்படுவதில்லை (உங்கள் காரின் எஞ்சினைத் தனியே பிரித்தெடுத்து உங்கள் கார் ஷெட்டில் வைத்துப் பிறகு பொருத்திக் கொள்ளலாம் என்று நினைத்தால் உங்களால் காரை ஓட்ட முடியாது!).

மொழியியல் கையேடுகளில் மொழியியலைப் பற்றிய பொதுக் கண்ணோட்டம் தரும்போது சாதாரணமாக ஒலியனியலின் மேலே **உருபனியல்** இருப்பதாகவும், **உருபனியலின்** மேலே **தொடரியல்** இருப்பதாகவும் அதன் மேலே **பொருண்மையியல்** இருப்பதாகவும் ஒரு வரைபடம் கொடுத்திருப்பார்கள். இந்த நிலைகளின் வழியாக ஒன்றொன்றாகக் கடந்து சென்றால்தான் அர்த்தத்தைப் புரிந்துகொள்ள முடியும் என்பது போல் இந்த வரைபடம் காட்டுகிறது.

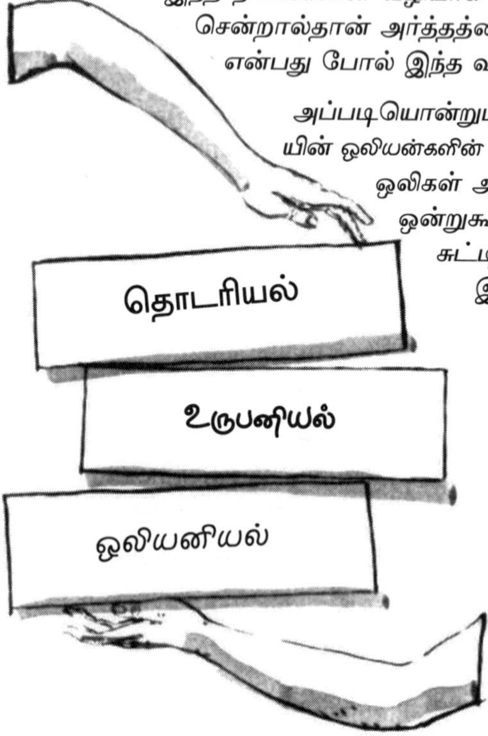

அப்படியொன்றும் இல்லை! உறுதியாக, ஒரு மொழியின் ஒலியன்களின் வரிசையை நாம் தயாரிக்கும்போதே ஒலிகள் அர்த்தத்தை உருவாக்குவதற்கு ஒன்றுகூடுகின்றன என்பதை நாம் சுட்டிக் காட்டுகிறோம். ஒரு மொழி இயற்கையாகச் செயல்படும்போது ஒலியனியலைப் பொருண்மையியலிருந்து பிரிக்க முடியாது; உருபனியலை ஒலியனியலிலிருந்து பிரிக்க முடியாது; தொடரியலை உருபனியலிலிருந்து பிரிக்க முடியாது.

மனித மனம் அர்த்தங்களை உருவாக்குவதிலும், பெருக்குவதிலும் சிறப்பானது என்பதாலும், இதற்கு மொழி

சிக்கலான மூல ஆதாரங்களை மனதிற்குத் தருகிறது என்பதாலும், *பொருண்மையியல்* மொழியியல் ஆய்வில் மிகவும் சிக்கலான பகுதி. அதனால் *பொருண்மையியலை* நாம் ஆராயும் முன் *தொடரியலை* முடித்துவிடுவோம். (குறைந்தபட்சம் தொடக்க நிலையிலாவது. இதில் அவ்வளவு குளறுபடி இல்லை!)

இரண்டாம் உலகப் போருக்குப்பின் கணினிகளின் பொதுப் பயன்பாடு பல துறைகளிலும் அதிகரித்தபோது அதன் உள்ளார்ந்த ஆற்றல் மொழிபெயர்ப்பு உட்பட பல பணிகளுக்குப் பயன்படும் என்று தெளிவாகத் தெரியவந்தது. மொழிபெயர்ப்பில் கணினியைப் பயன்படுத்த வேண்டுமென்றால் வாக்கியங்களின் வடிவத்தை மாற்றினாலும் அதன் அர்த்தம் மாறுபடாது என்பதை அது அடையாளம் கண்டுகொள்வதற்குத் தேவையான எல்லாத் தகவல்களையும் கொடுக்க வேண்டும். உதாரணமாக தீயணைப்பாளர் பூனையைக் காப்பாற்றினார் (The fireman rescued the cat) என்ற செய்வினை கொண்ட வாக்கியத்திற்கும் பூனை தீயணைப் பாளரால் காப்பாற்றப்பட்டது (The cat was rescued by the fireman) என்ற செயப்பாட்டுவினை கொண்ட வாக்கியத்திற்கும் அர்த்தம் ஒன்றே. ஆனால் இந்த வாக்கியங்களை மட்டும் கொடுத்தால் கணினியால் ஒரே அர்த்தம் என்ற இந்த உண்மையை அடையாளம் காண இயலாது.

இதுபோன்ற வாக்கியத்தின் இரு வேறு வடிவங்களின் தொடர்பை விளக்குவது மாற்றிலக்கணம் (அல்லது மாற்றுத் தொடரியல்). நாம் இங்கு ஒன்றை நினைவில்கொள்ள வேண்டும்: மொழியியலாளர்கள் மொழியில் எது தவறு, எது சரி என்று சொல்வதில்லை.

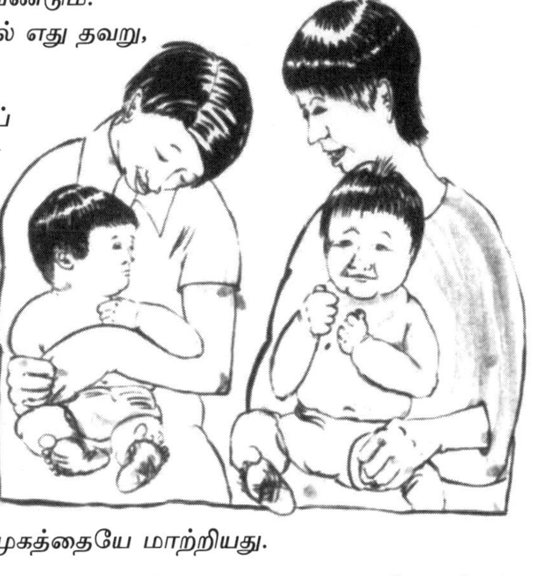

இலக்கணம் என்பது எப்படிப் பிழையில்லாத வாக்கியங்களை உருவாக்குவது என்பது மட்டுமல்ல, எப்படி மொழி செயல்படுகிறது என்பதை விளக்குவதும்தான். மாற்றிலக்கணம் முதலில் கணினியில் மொழிபெயர்ப்ப தற்காக உருவாக்கப்பட்டாலும், குறுகிய காலத்திலேயே அது தனக்கென்று ஒரு வளர்ச்சியை ஏற்படுத்திக்கொண்டு நவீன மொழியியல் கோட்பாட்டின் முகத்தையே மாற்றியது.

மாற்றிலக்கணம் (transformational syntax) என்பதை ஆக்கமுறைத் **தொடரியல்** (generative syntax) அல்லது ஆக்கமுறை இலக்கணம் (generative grammar)

என்றும் அழைக்கிறார்கள். இது குறைந்த எண்ணிக்கை உள்ள விதிகளையும் (rules) கொள்கைகளையும் (principles) கொண்டு, இலக்கணம் எண்ணற்ற வாக்கியங்களை உருவாக்கும் என்ற கொள்கையை உடையது. இன்னொரு விதமாகச் சொன்னால், நமக்கு ஒரு மொழி தெரியும் என்றால், குறைந்த விதிகளை வைத்துக்கொண்டு நம்மால் எண்ணற்ற வாக்கியங்களை உருவாக்க முடியும் என்று சொல்வதாகும். அதாவது எண்ணற்ற வாக்கியங்களைக் காதால் கேட்டு மனத்தில் இருத்திக்கொள்கிறோம் என்று சொல்வதாகாது. நாம் சிறு குழந்தைகளாக இருக்கும்போது பெரியவர்கள் நம்மிடம் பேசும் பேச்சைக் கேட்டு யாரும் எடுத்துச் சொல்லாமலே இலக்கண விதிகள் என்னவென்று படித்துக்கொள்வது நம்முடைய வியத்தகு திறன். அந்த விதிகளைக் கொண்டே நாம் புதிய வாக்கியங்களை உருவாக்கி, பெரியவர்களிடம் திரும்பப் பேசி, நாம் பேசுவதை அவர்கள் புரிந்துகொள்ளும்படிச் செய்கிறோம்.

மொழிசார் வேடிக்கை: கொச்சை வழக்கை இசைவாக்குதல்

வேடிக்கையாக மொழி உருவாக்கம் செய்வதற்கு ஓர் உதாரணம். காக்னி (Cockney) என்னும் ஆங்கிலக் கிளைமொழி ஒன்றின் கொச்சையில் வரியின் கடைசியில் மோனையாக வரும் பகுதியை எடுத்து விட்டு, அந்தச் சொல்வரும் வரியில் மோனையில்லாத பகுதியைச் சேர்ப்பது இது. Kid என்ற சொல் God forbid என்பதோடு ஒத்திசைக்கிறது. *How are the kids* என்ற வாக்கியத்தில் *kid* என்பதற்குப் பதில் *godforbid* என்பதைச் சேர்த்து *How are the godfors* என்று புதிய வாக்கியம் உருவாக்குவது. Legs என்ற சொல் *bacon and eggs* என்பதோடு ஒத்திசைக்கிறது. *She has got smashing legs* என்ற வாக்கியத்தை மாற்றி *She has got smashing bacons* என்ற வாக்கியத்தை உருவாக்குவது.

இதை இப்படியும் அப்படியுமாகப் புரிந்துகொள்வதற்குக் கொஞ்சம் நேரம் ஆகலாம்.

4

வாக்கியங்கள் மரத்தில் வளர்கின்றன

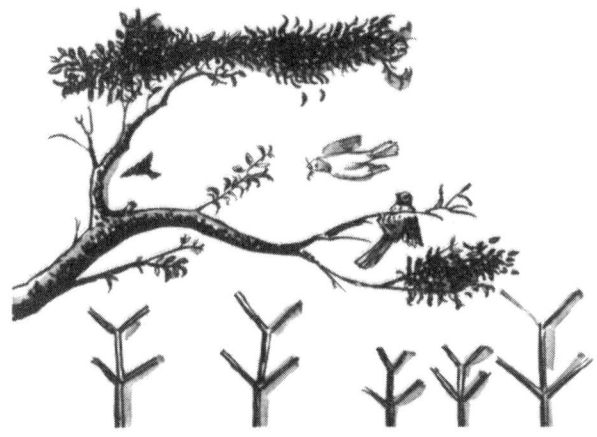

ஆம், எங்கு வளர்கிறதோ இல்லையோ மொழியியலில் இது வளர்கிறது. அது மட்டுமல்ல, மரங்கள் தலைகீழாகவும் வளர்கின்றன. இங்கு 'மரம்' என்னும் பெயர் ஒரு வாக்கியத்தை உருவாக்குவதில் உள்ள படிநிலைகளையும் கட்டங்களையும் காட்டும் வரைபடத்திற்குக் கொடுக்கப்படுகிறது. மரத்தின் உருவத்தை வைத்து இந்தப் படிநிலைகளையும் கட்டங்களையும் ஒரு வாக்கியத்தின் வளர்ச்சி அல்லது முன்னேற்றம் என்றும் அழைக்கலாம். இந்தப் பின்னணியில் மூலத்திலிருந்து ஒன்றை வருவித்தல் (derivation) என்னும் கலைச்சொல் குறிப்பாக, மொழியியலாளருக்கு மிகவும் பிடித்தமான செயல் அல்லது சொல். மொழியியலாளரின் வாக்கிய மரம் வாக்கியத்தின் கட்டுமான விவரங்களைக் கண்ணால் பார்க்கும் வகையில் கிளைகிளையாக வெளிப்படுத்துகிறது.

நாம் இங்கு எளிய உதாரணங்களைத்தான் குறிப்பிடப் போகிறோம் என்பதால் மர வரைபடங்கள் உங்கள் ஜன்னலுக்கு வெளியே தெரியும் பிரமாண்டமான ஓக் மரத்தின் தலைகீழ் வடிவத்தைப் போல இருக்குமென எதிர்பார்க்கக் கூடாது! ஒரு விஷயம், வாக்கிய மரத்திற்கு இலைகள் கிடையாது! நமது வாக்கிய மரம் முழு வாக்கியத்தை ஏற்கனவே தன்னுள் அடக்கி வைத்திருக்கும் சிறிய விதைகளிலிருந்து வளர்ந்து பல கிளைகளை விட்டு முழுவளர்ச்சி அடைந்த அமைப்பை (கட்டுமானத்தை) அடைகிறது. ஆனால் அதன் வளர்ச்சி கிளையோடு நின்றுவிடுகிறது.

இந்த மர வரைபடங்களில் நீங்கள் காணக்கூடிய 'மலர்கள்'தாம் சொற்கள். அவை தமது இடத்தை மரத்தினுடைய வளர்ச்சியின் இறுதிக் கட்டத்தில் எடுத்துக்கொள்கின்றன. நாம் அந்தக் கட்டத்திற்குச் செல்வதற்கு முன் கிளைகள் தொடங்கும் நுனிகளைக் (அல்லது புள்ளிகளைக்) காண்கிறோம். இந்தப் புள்ளிகள் (அல்லது நுனிகள்) ஆங்கிலச் சொற்களின் முதலெழுத்தைக் கொண்டு குறிக்கப்படுகின்றன. இவை அந்த இடத்தில் உருவாகும் தொடரின் வகையைச் சுட்டிக் காட்டுகின்றன. அவை NP (noun phrase - பெயர்த் தொடர்), VP (verb phrase - வினைத் தொடர்), PP (prepositional phrase - முன்னிடைச்சொல் தொடர்) முதலியன. இவை அனைத்தும் S (sentence - வாக்கியம்) என்ற விதையிலிருந்து கிளைவிட்டவை.

இதோ இங்கு *தாமஸ் சமையலறையில் பழத்தைச் சாப்பிட்டான்* (Thomas ate the fruit in the kitchen) என்னும் வாக்கியக் கூறுகளிலிருந்து உருவான மர வரைபடம்:

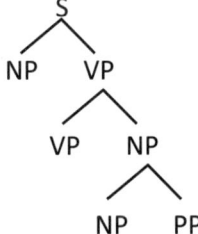

இதன் பொருள் *தாமஸ் சமையலறையில் இருந்த பழத்தைச் சாப்பிட்டான்* என்பது.

உதாரணமாகக் கொடுக்கும் வாக்கிய மரத்தின் நுனிகள் தனிச் சொற்கள்தான் என்றாலும், வரைபடத்தில் ஏன் எப்போதும் தொடர்களே கொடுக்கப்படுகின்றன என்று நீங்கள் நினைக்கலாம்: எடுத்துக்காட்டு வாக்கியத்தில் உள்ள எழுவாய் NP *தாமஸ் ஒரு பெயரே*; பயனிலை VP *சாப்பிட்டான் என்பது ஒரு வினைச்சொல்லே. தாமஸ் பழத்தைச் சமையலறையில் சாப்பிட்டான்* (Thomas ate the fruit in the kitchen) என்ற வாக்கியத்தின் வடிவமைப்பைப் பின்பற்றி அமையும் பிற வாக்கியங்களையும் காட்டுவதற்கும் நமது மர வரைபடம் கூடுமானவரை பொதுவானதாக இருக்கவேண்டும் என்பதால் தனிச் சொல்லுக்குப் பதில் குறிகள் தரப்படுகின்றன. அத்துடன் அவ்வாக்கியங்கள் பலவற்றில் சிக்கலான கூறுகள் இருக்கலாம். அதாவது, கடைசி நுனி சொல்லைவிட பெரிய தொடராக இருக்கலாம் (இது இன்னும் விளக்கமான வரைபடத்தில் காட்டப்படும்).

மேலே கூறிய வாக்கியத்தின் மர வரைபடத்தைக் கொண்டு *சார்லிக்குப் பிடித்தமான சித்தப்பா சாப்பாட்டு*

அறைக்குப் பக்கத்திலுள்ள அறையில் எல்லா ஆப்பிள்களையும் ஆரஞ்சுகளையும் வாழைப்பழங்களையும் கடைசியாகச் சாப்பிட்டார் – Charlie's favorite uncle eventually grabbed all the bananas, oranges and apples in the room adjacent to the dining room) போன்ற வாக்கியத்தின் அமைப்பையும் காட்டலாம். இந்தப் புத்தகத்தின் ஒரு பக்கத்தில் இந்த வாக்கியத்தின் முழு மரத்தையும் காட்ட முடியாது என்றாலும், நாம் ஏற்கனவே வரைந்திருப்பது போன்றுதான் இதனுடைய அடிப்படை மர வரைபடமும் இருக்கும். (இந்த வாக்கியத்தில், சார்லிக்குப் பிடித்தமான சித்தப்பா தாமஸ் ஆகவும், சாப்பாட்டு அறைக்குப் பக்கத்தில் உள்ள அறை சமையல் அறை ஆகவும் இருக்கலாம். ஆனால், ஒரே வரைபடம் இருப்பதற்குப் பொருள் ஒற்றுமை தேவை இல்லை.)

(தமிழில் ஒரு எளிய உதாரணம் வேண்டுமென்றால் இதைப் பாருங்கள்: நான்/ ஊரிலிருந்து வந்த நான் நண்பரை/என் நண்பரை/ என் அப்பாவின் நண்பரைப் பார்த்தேன்/ வேகமாகப் பார்த்தேன். இந்த வாக்கியங்களில், சாய்வுக் கோட்டின் இரு பக்கமும் உள்ள சொற்கள் முறையே எழுவாய் NP செயப்படுபொருள் NP, பயனிலை VP என்னும் குறிகளில் அடங்கும். இதுவே குறிகளின் பயன்).

இரண்டு வாக்கியங்களுக்கு (சொல்லப்போனால் எத்தனையோ வாக்கியங் களை) ஒரே மர வரைபடம் இருக்கலாம் என்பதைப் பார்த்தோம். ஆனால் ஒரு வாக்கியத்திற்கு அதனோடு தொடர்புடைய இரண்டு அல்லது அதற்கு மேற்பட்ட வரைபடங்களும்கூட தேவைப்படலாம். சொல்லப்போனால், தாமஸ் சமையலறையில் பழம் சாப்பிட்டான் (Thomas ate the fruit in the kitchen)

என்ற வாக்கியமே இதற்கு ஒரு உதாரணம். ஒரு வாக்கியத்திற்கு வரைபடம் போடும்போது அதனுடைய அர்த்தத்தைப் பற்றி நாம் அனுமானித்துக் கொள்கிறோம். இந்த வாக்கியத்திற்கு மற்றொரு அர்த்தம் தாமஸ் பழத்தைச் சமையலறையில் இருந்து சாப்பிட்டான் என்பது. அதாவது, இதன் பொருள் தாமஸ் பழத்தைச் சாப்பிடுவதற்கு முன் அது சமயலறையில் இல்லை; வேறெங்கிருந்தோ எடுத்து வந்து அதைச் சமையலறை யில் வைத்துச் சாப்பிட்டான் என்பது. இதனுடைய வரை படம் வேறாக இருக்கும்.

இந்த வாக்கியத்திலிருந்து தாமஸ் பழத்தைச் சாப்பிடும்போது சமையலறையில் இருந்தானா என்று உறுதியாகச் சொல்ல முடியாது; அது சாத்தியக் கூறுகளில் ஒன்று, அவ்வளவே. இந்த வாக்கியத்திற்கு பழம் சமையலறையில் இருந்தது, அதை அவன் எங்கேயோ சாப்பிட்டான் என்று முதலில் சொன்ன பொருளைக் கூறுவதற்கும் இடமிருக்கிறது.

பழம் எங்கோ இருந்தது; தாமஸ் அதைச் சமையலறையில் இருந்து சாப்பிட்டான் என்று உறுதியாக நாம் பொருள் கொண்டால், அதற்கு மேலே தந்த வரைபடம் ஒத்துவராது. கீழே உள்ளது போன்ற வரைபடம் இதற்குத் தேவை:

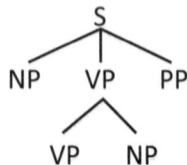

இரண்டு வரைபடங்களுக்கும் உள்ள முக்கியமான வித்தியாசம் என்னவென்றால், இரண்டாவதில், NPஇன் (அதாவது, பழம்) உச்சத்தில் PP இருக்கிறது, தாமஸ் பழத்தைச் சாப்பிடும் போது சமையலறையில் இருந்தான் என்பதைச் சுட்டிக் காட்டிக்கொண்டு. முதல் வரைபடத்தில் பழத்தைக் குறிக்கும் NP, PP-க்கு இணையாக இருக்கிறது, பழம் சமையலறையில் இருக்கிறது என்பதைக் காட்டிக்கொண்டு. (வாக்கியத்தின் பொருளைத் தெரிந்துகொள்வதற்கு, பழம் சமையலறைக்கு எப்படி வந்தது; மற்றவர்கள் யாரும் தான் சாப்பிடுவதைப் பார்க்க வேண்டாமென்று சமையலறையில் சாப்பிட்டானா என்பதெல்லாம் நமக்குத் தெரியத் தேவை இல்லை!).
(தமிழில்: 'இது எனக்குப் பிடித்த மாணவர்கள் நடித்த நாடகம்'. இந்த வாக்கியத்தில் பொருள் மயக்கம் இருக்கிறது. 'பிடித்த' என்ற சொல் மாணவர்கள் என்ற சொல்லைத் தழுவி, மாணவர்கள் பிடித்தவர்கள் என்பது ஒரு பொருள்; அது நாடகம் என்ற சொல்லைத் தழுவி, நாடகம் பிடித்தது என்பது இன்னொரு பொருள். முதல் பொருளில் எனக்கு நாடகம் பிடித்திருக்க வேண்டும் என்பதில்லை. இந்த வாக்கியத்தின் மர வரைபடம் பொருளை வைத்து வேறுபடும்).

இன்னும் தீவிரமாக வாக்கியங்களை ஆராய்ந்தால் ஒன்றுக்குள் ஒன்று வாக்கியங்கள் முடிவில்லாமல் கிளைத்துக்கொண்டே போவதைப் பார்க்கலாம். இதைக் காட்ட மர வரைபடம் உதவும். கீழே உள்ள நீண்டுகொண்டே போகும் வாக்கியத்தில் எச்ச வாக்கியங்கள் *வலது பக்கம் கிளைத்துக்கொண்டே* போகின்றன.

This is the cat that caught the rat that ate the cheese that lay in the trap...

அடுத்த வாக்கியத்தில் வாக்கிய எச்சங்கள் *இடதுபக்கம் கிளைத்துக்* கொண்டே போகின்றன.

The racing car's driver's side door's number decal's paint job's color's...

(தமிழில்: இது ...நான் மதிக்கும் நண்பனுக்குப் பிடித்த இசை தோன்றிய நாட்டைச் சேர்ந்த ஆசிரியர் எழுதிய புத்தகம். இதில் எச்ச வாக்கியங்கள் புத்தகம் என்ற பெயரின் இடதுபக்கம் இணைக்கின்றன)

இந்தக் கட்டத்தில் நாம் மாற்றிலக்கணம் பற்றிய அறிவில் மிக அடிப்படை நிலையிலே இருந்தாலும், தொடரியலும் பொருண்மையியலும் ஒன்றுக்கொன்று ஊடாடிச் செயல்படுகின்றன என்பதை அறிகிறோம். ஒரு வாக்கியம் எப்படி உருவாகிறது என்பதை ஆராய்வதிலிருந்து ஒரு வாக்கியம் மற்றொரு வாக்கியமாக மாறுவதை ஆராயத் தொடங்கினால் இந்த ஊடாட்டம் இன்னும் நன்றாக விளங்கும்.

Thomas ate the fruit in the kitchen

என்ற மேலே சொன்ன வாக்கியத்தை செயப்பாட்டுவினை வாக்கியமாக மாற்றினால் இந்த வாக்கியத்தின் இரண்டு அர்த்தங்களும் வேறுபடுவது தெளிவாகும்.

The fruit in the kitchen was eaten by Thomas (மரம் # 1)

என்னும் செயப்பாட்டு வாக்கியத்தின் பொருளை முதல் வரைபடம் காட்டுகிறது.

The fruit was eaten in the kitchen by Thomas (மரம் # 2)

அல்லது

The fruit was eaten by Thomas in the kitchen (மரம் # 2)

என்னும் செயப்பாட்டு வாக்கியத்தின் பொருளை இரண்டாவது வரைபடம் காட்டுகிறது.

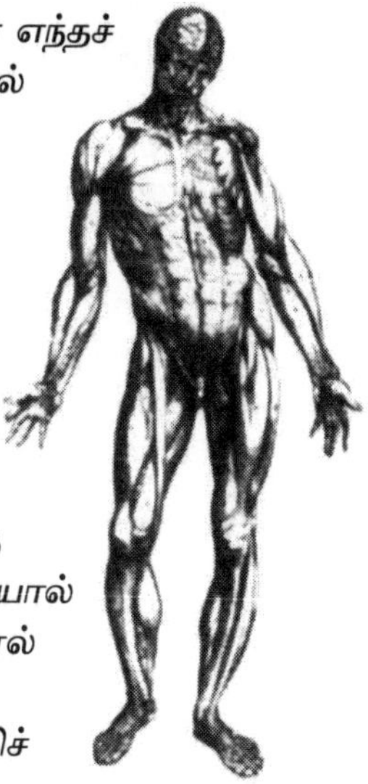

இந்த வாக்கியங்களின் பொருளை நீங்கள் எந்தச் சிரமமுமின்றி புரிந்துகொள்ள முடியுமானால் அது எதனால்? நீங்கள் அதை உலகிலேயே மிகவும் திறமையான, சிக்கலான கருத்துப் பரிமாற்ற அமைப்பின் உள்ளேயிருந்து அணுகுகிறீர்கள், மனதோடு கட்டப்பட்ட மனித உடம்பு பெரும்பாலும் உப்புத் தண்ணீரால் ஆனது என்றாலும்கூட. ஒவ்வொரு செய்தியையும் பிட்டுப்பிட்டுக் கொடுத்தாலொழிய கணினிகளால் எதையும் புரிந்துகொள்ள முடியாது. ஒரு சமயத்தில் ஒரு செய்தியைத்தான் கணினியால் புரிந்துகொள்ள முடியும். நம்மைப் போல் மொழியைப் புரிந்தும் பயன்படுத்தியும் வாக்கியத்தின் ஒவ்வொரு கட்டத்திலும் பொருள் பற்றிச் சரியான முடிவெடுக்க அவற்றால் முடியாது.

மொழியியலாளர் தொடர்புள்ள மிகச் சிறிய துணுக்கு

அமெரிக்க மொழியியலாளர் பெஞ்சமின் லீ வோர்ஃபின் (1897-1941) தந்தை ஒரு வணிக ஓவியர். அவர் வரைந்த ஓர் உருவம் தொடர்ந்து ஏறக்குறைய ஒரு நூற்றாண்டாக பயன்பாட்டில் இருக்கிறது – *ஓல்ட் டச்* என்னும் சுத்தப் படுத்தும் திரவக் *(கிளன்சர்)* குப்பியில் ஒட்டப்பட்டுள்ள வில்லையில் இருக்கும் தொப்பியும் மரக்காலணியும் அணிந்த ஒரு பெண்ணின் உருவமே அது.

மர வரைபடங்களும் இன்னும் பிறவும் மாற்றிலக்கணத்திற்குச் சொந்தமான ஆய்வுக் கருவியாக இருக்கிறது. இதுவே மனித மொழியைக் கணினி மூலம் மொழிபெயர்ப்பதற்கான அசலான திட்டத்திற்குரிய மரபுரிமைச் செல்வமாகவும் இருக்கிறது. Thomas ate the fruit in the kitchen *(தாமஸ் பழத்தைச் சமயலறையில் சாப்பிட்டான்)* என்ற ஆங்கில வாக்கியத்தின் இரண்டு அர்த்தங்களை அதற் குரிய மர வரைபடங்களைப் பார்த்த உடனேயே நாம் புரிந்துகொள்வோம்; ஆனால் கணினியால் அது முடியாது. அவை, பீவர் (beaver) என்ற விலங்குபோல, *0,1* என்ற இரண்டில் ஒன்றைத் தேர்தெடுப்பதைத்தான் செய்யும். நம் மர வரைபடங்களில் பிரியும் இடங்கள் போல ஒன்றுக்கு மேற்பட்ட வழிகளில் செல்ல அவற்றுக்குத் தெரியாது.

தாமஸ் தான் சாப்பிட்ட பழத்தைத் தனியே இருந்து சீரணிக்கவிடுவதற்கு முன்பாக இந்த எடுத்துக்காட்டில் மொழியியலாளர்களுக்கு ஆர்வமூட்டும் இன்னொரு விஷயத்தைக் கவனிப்போம். ஒரு வாக்கியத்தின் *பொருள்மயக்கத்தை* (ஒன்றுக்கு மேல் அர்த்தம் தருவதை) வாக்கியத்தின் பிற அமைப்புகளாகப் பார்ப்பதைத் தெரிந்துகொண்டோம்; செயப்பாட்டுவினை வாக்கியங்களாக மாறும்போது பிற அர்த்தங்கள் தெளிவாகின்றன என்று புரிந்துகொண்டோம். பொருள்மயக்கப் பிரச்சினையை நன்றாகவே விளங்கிக் கொண்டோம். இருப்பினும், பொருளைப் பற்றி வாக்கியத்திலிருந்து, அதன் அமைப்பிலிருந்து, அதன் சொற்களிலிருந்து நாம் தெரிந்துகொள்ளாதவை, தெரிந்துகொள்ள முடியாதவை இன்னும் எத்தனையோ இருக்கின்றன.

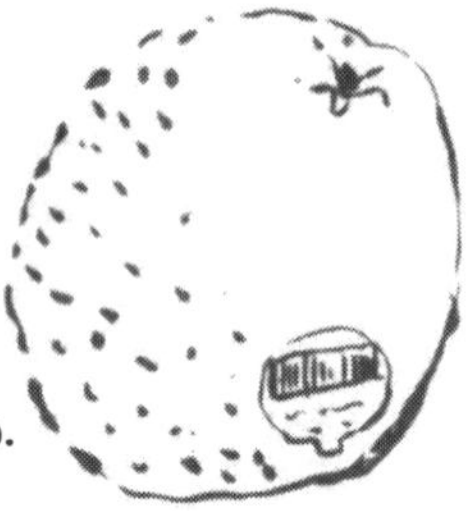

தாமஸ் பற்றிய வாக்கியத்தையும் சார்லிக்குப் பிடித்த சித்தப்பா பற்றிய வாக்கியத்தையும் நாம் ஒப்பிட்டால், இரண்டிற்கும் ஒரே மர வரைபடம் போட முடியும் என்ற அடிப்படை ஒற்றுமைக்கு மேல் வேறு ஒற்றுமைகளும் இருப்பதைக் காணலாம். ate *(சாப்பிட்டான்)* என்பதைவிட gobbled up *(மொக்கிவிட்டான்)* என்பது

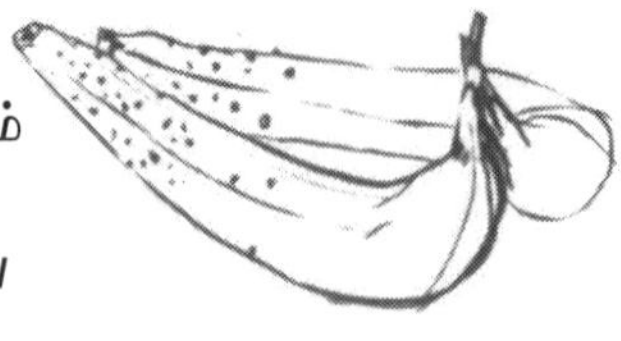

உணர்ச்சியைக் காட்டுவதாக இருந்தாலும் இரண்டும் வினையே. *பழம்* என்பது பொதுப்பெயராக இருக்க *ஆப்பிள், ஆரஞ்சு, வாழைப்பழம்* என்பவை சிறப்புப்பெயர்களாக இருந்தாலும் அவை பெயர்களே. இதற்கு மேல் ஒற்றுமைகள் கொஞ்சம் தெளிவில்லாமல் போய்விடுகின்றன. *சமயலறை* என்பது *சாப்பாட்டு அறைக்கு* அடுத்த அறையாக இருக்கவேண்டும் என்பதில்லை. தாமஸ் சார்லிக்குப் பிடித்தமான சித்தப்பாவா? அப்படி நாம் அனுமானிக்க நிச்சயமான காரணம் ஒன்றும் இல்லை, சார்லியின் சித்தப்பாதான் தாமஸ் என்று நான் உங்களிடம் ரகசியமாகக் கூறினாலும்!

இந்தக் கேள்விகளும் அவற்றோடு தொடர்புள்ள மற்ற விஷயங்களும் தொடரியலுக்கு அப்பாற்பட்டவை; மொழியியலின் பகுதிகள் என்றோ பல நிலைகள் (levels) என்றோ ஏற்படுத்திக்கொண்ட வரையறைகளுக்கு அப்பாற்பட்டவை. இந்தக் கேள்விகள் அர்த்தத்தோடு தொடர்புடையவை என்பது வெளிப்படை; ஆனால் மொழியியலின் பகுதியான பொருண்மையியலின் கூறுகளுக்கும் பரிமாணங்களுக்கும் அப்பாற்பட்டவை. இந்த மாதிரிக் கேள்விகள் மொழியியலில் வெளிப்பொருளியல் (pragmatics) என்ற பகுதியில் ஆராயப்படலாம். இது பேசும் மொழிக்கும் உலக நடைமுறையில் அது குறிக்கும் விஷயங்களுக்கும் உள்ள தொடர்பை ஆராய்கிறது. இதை விளக்கப்போனால், நாம் கதையின் கடைசிப் பகுதியை முன்னாலேயே சொல்வதாகிவிடும்.

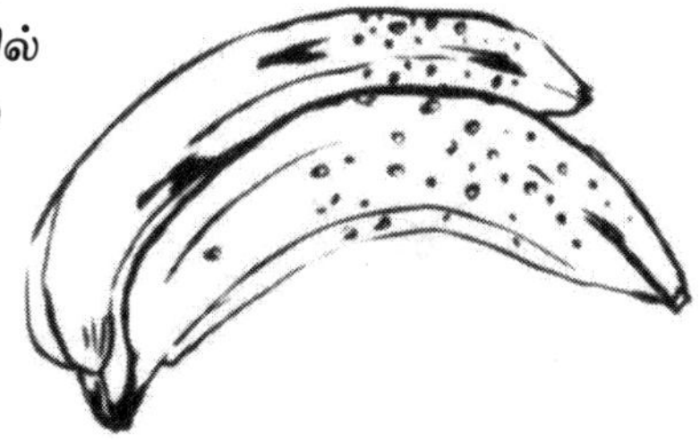

தொடர் என்னும் மரங்கள் செறிந்த அர்த்தம் என்னும் காட்டில் நிறுத்தக் குறிகள் காட்டும் வழி

புள்ளிகள் சரியான தொடர்பை ஏற்படுத்துவதற்கு எத்தனை முக்கியம்!

[ஓலைச்சுவடியில் தமிழ் எழுதும்போது நிறுத்தக்குறிகளே கிடையாது. அதனால் பொருள் குழப்பத்திற்கு வாய்ப்பு அதிகம். தமிழ் அச்சுக்கு வந்தபோது நிறுத்தக்குறிகளும் வந்தன. இருந்தாலும், வார்த்தைகளில் இடத்தை மாற்றியும், ஒற்று இரட்டிக்கும் சந்தி மூலமும் பொருள் குழப்பத்தைக் குறைக்க முடியும்.

வார்த்தைகளுக்கு இடையே உள்ள இடமும் ஒரு நிறுத்தக்குறியே. 'சபாபதி' என்னும் திரைப்படத்தில் டி.ஆர். இராமச்சந்திரன் இதைப் பயன்படுத்தி, ஒரே தொடரின் பொருளை வேறுபடுத்திச் சிரிப்பை வரவழைத்தார்:

பிராமணர்கள் சாப்பிடும் இடம்

பிராமணர் கள் சாப்பிடும் இடம்]

ஒரு நடு வழி

மொழியைத் துல்லியமாகவும் முழுமையாகவும் விளக்கவேண்டிய தேவைகளுக்கு நாம் இதுவரை கண்டறிந்த ஒலியனியல், உருபனியல், தொடரியல், பொருண்மையியல் ஆகிய மொழியின் இயங்கு அலகுகளை மொழியியல், ஆய்வு நிலைகளில் பிரித்தெடுக்கிறது. இந்த அலகுகளுக்கிடையே உள்ள வேறுபாடு களை மிகைப்படுத்தாமல் இருப்பது அவசியம்; மொழி இயங்கும்போது பல நிலைகளில் உள்ள எல்லா அலகுகளும் சேர்ந்து இயங்குகின்றன என்பதை நினைவில்கொள்ள வேண்டும். இதோ சில எடுத்துக்காட்டுகள்: (1) உருபனியலும் தொடரியலும் ஊடாடுதல்: he உம் him உம் ஓடிப்பிடித்து விளையாடும்போது ஆங்கிலத்தில் ஒரு புதிய வாக்கிய அமைப்பாக வளர்ச்சியடைகிறது.
(2) தொடரியலும் பொருண்மையியலும் ஊடாடுதல்: இரு அர்த்தமில்லாத வாக்கியங்கள். அதில் ஒன்று இலக்கணத்தில் மேம்பட்டது என்று காட்டுகிறது.

(1) இதற்கு என்ன சொல்கிறீர்கள், சாம்ஸ்கி?
  Him was given a book

இந்த வாக்கியத்தில் உள்ள எழுவாய் இடத்தில் பழைய ஆங்கிலத்தில் வேற்றுமை ஏற்ற பிரதிப்பெயர் (him) வர, இக்கால ஆங்கிலத்தில் வேற்றுமை ஏற்காத பிரதிப்பெயர் (he) வருகிறது. அன்று: Him was given a book; இன்று: He was given a book. இதில் தொடரியலோடு உருபனியல் ஊடாடுகிறது.

(தமிழில்: வினாப்பெயரோடு -உம் சேர்த்தால், any என்ற பொருள் வரும்: எங்கு where, எங்கும் anywhere. இதே இலக்கணம்தான் தொடரிலும்: எந்தப் புது இடத்திலும் in any new place. ஆனால், இதில் -உம் வேற்றுமை உருபு சேர்ந்த பெயர்த் தொடரோடு சேர்கிறது. இந்தப் பொருளில் -உம் என்னும் உருபன் வரும் இலக்கண விதியைச் சொல்ல, எது தொடர் என்னும் தொடரியல் செய்தி வேண்டும்.

இது உருபனியலும் தொடரியலும் ஊடாடுவதற்கு ஒரு உதாரணம்).

இன்று ஆங்கிலம் பேசுபவர்கள் Him was given a book என்பது தவறு; He was given a book என்பதே சரி என்பார்கள். மொழியியலாளர்களின் வேலை எது தவறு, எது சரி எனத் தீர்ப்புக் கூறுவது அல்ல. அவர்கள் மொழியில் ஏற்பட்ட மாற்றத்தை உள்ளடக்கி இலக்கணம் எழுதுவார்கள். Him எழுவாயாக உள்ள வாக்கியம் புத்தகத்தைப் பெற்றவரைக்

குறிக்கிறது; அவன் புத்தகத்தை எதுவும் செய்யவில்லை. He எழுவாயாக உள்ள வாக்கியத்தில் அவன் ஏதாவது செய்வான். இந்த நியதியின் படியே பழைய ஆங்கிலத்தில் him பயன்படுத்தப்பட்டது. ஆனால் பெரும்பாலான வாக்கியங்களில் he தான் எழுவாயாக வரும். இதனால் இந்தப் பெரும்பான்மை விதிக்கு விலக்காக வந்த எழுவாய் இடத்தில் வரும் him காலப் போக்கில் he என்று மாறியது.

மொழியியல் இந்த வழக்குகளை இப்படித்தான் விளக்கும். அன்று சரியானது இன்று தவறானது; இன்று சரியானது அன்று தவறானது என்று தீர்ப்புச் சொல்லும் சிக்கலில் ஈடுபடாது.

(2) சாம்ஸ்கி தமது இளமையான காலத்தில்

சாம்ஸ்கி தமது தொடக்க காலத்தில் எழுதிய ஒரு நூலில் அடிக்கடி மேற்கோள் காட்டிய பல்வேறு விவாதத்திற்கு உள்ளான சிறந்த எடுத்துக்காட்டு வாக்கியம்:

Colorless green ideas sleep furiously.

இது இலக்கணப்படி நன்கு அமைந்த வாக்கியம்; ஆனால் பொருள் தராதது. ஒரு வாக்கியம் இலக்கணச் சுத்தமாக இருந்தாலும் பொருளற்றதாக இருக்கலாம் என்ற கருத்தை விளக்க சாம்ஸ்கி இந்த வாக்கியத்தைக் கொடுத்தார். இவ்வாக்கியத்தில் பொருண்மை யியல் தெளிவாக இல்லை என்றாலும் நல்ல தொடரியல் இருக்கிறது. இது,

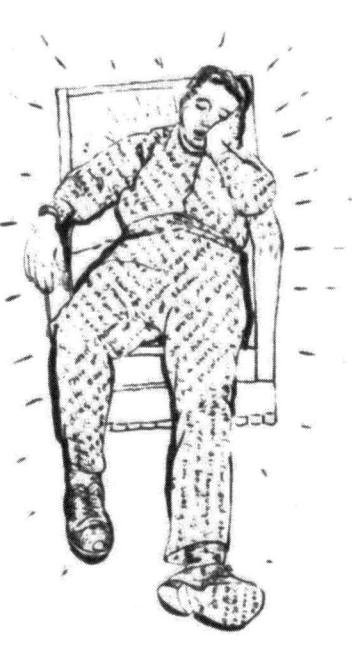

Serious university students work diligently

என்னும் வாக்கியத்தின் மர வரைபடத்துடன் ஒத்திருக்கிறது. ஆனால்,

Furiously sleep ideas green colorless

என்னும் வாக்கியமே தொடரிலக்கணப்படி மேம்பட்டதாக இருக்கிறது – இரண்டுமே பொருளற்றதாக இருந்தாலும்கூட. ஆகையால் இந்த எடுத்துக்காட்டு தொடரியல் வேறு, பொருண்மையியல் வேறு என்பதற்கு ஒரு காரணத்தைக் காட்டுவது போல இருக்கலாம். ஆனால் பொருண்மையியலும் தொடரியலும், அடிப்படையிலும் இயங்குவதிலும் பிரிக்க முடியாதவை. இதைப் புரிந்துகொள்வதற்குப் போதுமான பிற எடுத்துக்காட்டுகளை நாம் ஏற்கனவே பார்த்துவிட்டோம்.

[தமிழில்: 'முயல் கொம்பு தண்ணீரில்லாத கடலில் அழுது வடிந்து ஒளி விட்டது'. இந்த வாக்கியம், தமிழ் வாக்கிய இலக்கணப்படி அமைந்திருக்கிறது; ஆனால், பொருள் தரவில்லை. முயல் கொம்பு உலகில் இல்லாத ஒன்று

(மாட்டுக் கொம்பு உண்டு, குதிரைக் கொம்புக்கு ஒரு மரபுப் பொருள் உண்டு); தண்ணீரில்லாத கடல், உலகில் காணாத ஒன்று (தண்ணீரில்லாத காடு என்னும் தொடர் உண்டு) என்பதோடு, தண்ணீர் இல்லாமையும் கடலும் பொருள் முரண்; அழுதுவடிதலும் ஒளிவிடுதலும் பொருள் முரண். எனவே இந்த வாக்கியத்திற்குப் பொருள் சொல்ல முடியவில்லை. 'முயல் கடலில் இல்லாத தண்ணீர் கொம்பு அழுது ஒளிவிட்டது வடிந்து' என்னும் வாக்கியம் இலக்கணப்படியும் அமைய வில்லை; அதனாலேயே இதற்குப் பொருள் சொல்ல முடியாது. இந்த இரண்டு வாக்கியங்களின் பொருளற்ற தன்மையை முறையே பொருண்மையியல் மூலமும் தொடரியல் மூலமும் விளக்க வேண்டும்].

பூமி எத்தனை மொழிகளைத்தான் கொள்ளும்?

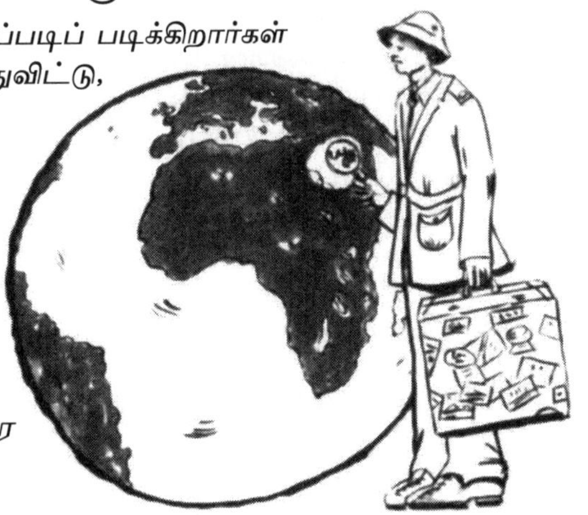

மொழியியலாளர்கள் மொழியை எப்படிப் படிக்கிறார்கள் என்பதைக் கொஞ்சம் ஒதுக்கிவைத்துவிட்டு, அவர்கள் எதைப் படிக்கிறார்கள் என்பதைப் பார்ப்போம்: உலகம் முழுவதிலும் எத்தனை மொழிகள் இருக்கின்றன என்று யாருக்கும் உறுதியாகத் தெரியாது – உலகத்தில் உள்ள மொழிகளின் எண்ணிக்கை குறைந்துகொண்டே வருகிறது என்று தெரிந்தாலும்கூட. உலக மொழிகள் *3000*இலிருந்து *5000* வரை இருக்கலாம் என்று மதிப்பீடுகள் கூறுகின்றன. *1928*இலிருந்து மொழியியலாளர்கள் ஐந்து ஆண்டுகளுக்கு ஒரு முறை உலக மாநாடு நடத்தி வருகிறார்கள்; *1992*இல் கனடா நாட்டின் க்யுபெக்கில் நடந்த மாநாட்டின் மையக் கருத்து: ‘அழியும் அபாயத்தில் இருக்கும் மொழிகள்’.

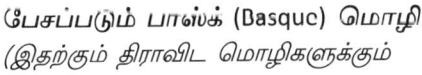

ஒரு மொழிக்கு அதனோடு தொடர்புடைய இன்னொரு மொழி இல்லாமல் இருப்பது மிகவும் அரிது. இதற்கு நன்கு அறியப்பட்ட சிறந்த எடுத்துக்காட்டு: பிரான்ஸிற்கும் ஸ்பெயினுக்கும் இடையில் இருக்கும் பைரினீஸ் மலைகளில் பேசப்படும் பாஸ்க் (Basquc) மொழி. *(இதற்கும் திராவிட மொழிகளுக்கும் தொடர்பு இருக்கிறது என்று சொல்பவர்களும் உண்டு).* இப்படிப்பட்ட உறவில்லாத தனி மொழிகளில் ஐனு (Ainu, Japan), புருஷாஸ்கி (Burushaski, India), கெட் (Ket, Siberia) ஆகியவையும் அடங்கும்.

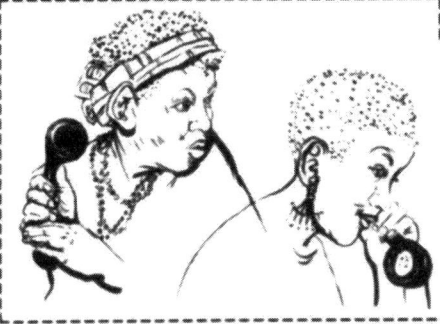

பெரும்பாலான மொழிகள் சிறிதும் பெரிதுமான பலமொழிக் குடும்பங்களைச் சேர்ந்தவை. லத்தீனிலிருந்து உருவான ரொமான்ஸ் மொழிகள் இன்று *13* இருக்கின்றன. [அவற்றில் பலரும் கேள்விப்பட்டிராத மொழிகள் கலிசியன் (Galician), ரோமன்ஷ் (Romansch), லேடின் (Ladin), ஃப்ரியூலியான் (Friulian), அரொமினியன் (Aromunian) ஆகியவை]. இந்தக் குடும்பம் இந்தோ-ஐரோப்பிய மொழிக் குடும்பத்தில் அடங்கும். மத்திய, தென் ஆப்பிரிக்காவில் பேசப்படும் பந்த்து (Bantu) என்னும் மொழிக் குடும்பத்தில் ஐநூறுக்கும் அதிகமான மொழிகளும் கிளைமொழிகளும் இருக்கின்றன. பெரிதாக இருக்கும் இந்தப் பந்த்துக் குடும்பம் இதைவிடப் பெரிய குடும்பமான நைஜர்-கோங்கோ மொழிகள் குடும்பத்தைச் சேர்ந்ததாகும்.

ஆஸ்ட்ரோ-நேசியன் என்னும் குடும்பம் ஆயிரம் மொழிகளுக்குச் சற்றுக் குறைவான மொழிகளைக் கொண்டது. இந்த மொழிகளைப் பேசுபவர்கள் மடகாஸ்கரிலிருந்து நியூஸிலாந்து வரை இருக்கிறார்கள். எண்ணற்ற மொழி வளம் இருக்கும் உலகில் களத்திற்குச் சென்று மொழிகளைப் பதிவு செய்யும் வேலையில் ஈடுபட விரும்பும் மொழியியலாளர்களுக்கு வேலைப் பஞ்சமே இல்லை!

அமெரிக்கக் கண்டங்களில் இருபதுக்கும் மேற்பட்ட பழங்குடி மக்கள் பேசிய மொழிகளின் குடும்பங்கள் இருக்கின்றன. இவை அனைத்தும் மொத்தமாக அமெரிண்ட் மொழிகள் (Amerind languages) என்று அழைப்படுகிறது. ஒரு மொழிக் குடும்பத்தின் சில மொழிகள் குடும்பத்தின் ஒரு பூகோள எல்லையைத் தாண்டியும் பேசப்படலாம். ஆஃப்ரோ-ஆசியாட்டிக் மொழிகள், அதன் பெயரே அதைச் சுட்டிக்காட்டுவது போல, ஆப்பிரிக்காவிலும் ஆசியாவிலும் பேசப்படுகின்றன. அதைப் போலவே பெரிய இந்தோ-ஐரோப்பியக் குழுவின் மொழிகள் ஐரோப்பாவின் வடக்குப் பகுதியிலிருந்து இந்தியத் துணைக் கண்டம் வரை பேசப்படுகின்றன.

நாம் தொடக்கத்தில் கேட்ட 'பூமி எத்தனை மொழிகளைத்தான் கொள்ளும்?' என்ற கேள்விக்கு ஒரே பதில் இல்லாவிட்டாலும்கூட நம்மிடம் குறைந்தபட்சம் இப்புவியில் திணிக்கப்படும் விகிதம் என்ன என்பதற்கு ஓரளவு விடை தரலாம். கலிஃபோர்னியாவைவிட கொஞ்சம் பெரிய பரப்பளவும் முப்பது லட்சம் மக்கள் தொகையும் கொண்ட பாபுவா நியுகினியில் ஏறக்குறைய *900* தனிமொழிகள் இருக்கின்றன. இந்தச் செய்தி மொழி அடர்த்தி பற்றிச் சுட்டிக்காட்டுகிறது. நாம் இங்கு இயற்கையாக உருவான மொழிகளைப் பற்றித்தான் பேசிக்கொண்டிருக்கிறோம்.

ஆனால் மொழியியலாளர்கள் அனைத்துலக தொடர்பாடலை எளிதாக்கும் ஆர்வத்தில் செயற்கை மொழிகளைப் பல காலத்திற்கு முன்பே உண்டாக்கத் தொடங்கினர். அவற்றுள் எஸ்பெராண்டோ (Esperanto) மொழி ஒரு சிறந்த எடுத்துக்காட்டு. உலக மக்கள் அனைவரும் ஒரு மொழியில் தொடர்பு கொள்வதற்கு ஏற்ற ஒரு பொதுமொழியை உருவாக்கும் ஜனநாயக முயற்சியில் உருவான அது, உலகத்தில் இப்போது பேசப்படும் எல்லாப் பேச்சுமொழிகளிலும் உள்ள அடிப்படைக் கூறுகளை நுட்பமாக உள்ளடக்கி இருக்கிறது. ஆனால், அனைத்துலக மொழிகள் ஒற்றுமைக்கு இந்த முயற்சி தொடக்கப் புள்ளியாகவும்கூட இருந்ததில்லை...

அணு ஆங்கிலம் அல்லது அடிப்படை ஆங்கிலம்

அணு ஆங்கிலம் (Nuclear English) என்பது அணுசக்திக் காலத்திற்கான மொழி அல்ல. அது முழு ஆங்கிலத்திலிருந்து *(அடிப்படை ஆங்கிலத்துடன் ஒப்பிடுகையில்)* உருவாக்கி முன்வைக்கப்பட்ட ஒரு மையமொழி. அத்துடன் அது அனைத்துலகத் தொடர்பாடலுக்கான ஓர் ஊடக நோக்கம் கொண்டது. ஆங்கிலத்தில் ஒரு சொல்லின் பெரிய எழுத்து (Capital letter) எவ்வளவு வித்தியாசத்தைத் தருகிறது! அடிப்படை ஆங்கிலம் (BASIC English) அடிப்படையானது. ஆனால் அது வெறும் அடிப்படை ஆங்கிலம் அல்ல. *850* சொற்களையும் அவற்றைப் பயன்படுத்தவேண்டிய விதிகளையும் கொண்டு மிகவும் கவனமாக உருவாக்கப்படும் அமைப்பு இது. இதை பிரிட்டிஷ் அறிஞர் சார்லஸ் கே ஓக்டெ ன் *(1889-1957)* ஓர் அனைத்துலகத் துணை மொழியாக உருவாக்கினார். இது உலக அரங்கில் ஒரு பொதுமொழியாகச் செயலாற்றி அது சமாதானத்தை வளர்க்கும் என்று அவர் நம்பினார். BASIC என்பது British, American, Scientific, International, Commercial என்னும் வார்த்தைகளின் முதலெழுத்துக்களைச் சேர்த்து உருவாக்கிய சொல். அடிப்படை ஆங்கிலத்தின் ஆதரவாளர்களில் மொழியைக் கையாளுவதில் வல்லுநர்களான வின்ஸ்டன் சர்ச்சில், லாரன்ஸ் டரெல் (Lawrence Durell), எஸ்ரா பவுண்ட் (Ezra Pound) முதலியோர் அடங்குவர். இதை விமர்சித்தவர் களும் உண்டு. அவர்கள் எளிய ஆங்கில வாக்கியங்களைச் சுற்றி வளைத்து எழுத வேண்டியதிருக்கும் என்று குற்றம் சாட்டினார்கள். வார்த்தைகள் குறைவாக இருப்பதால் ஒரு சொல் தரும் கருத்திற்கு ஒரு தொடரை எழுத வேண்டியிருக்கிறது என்று அவர்கள் சொன்னார்கள். *The officer led his soldiers against the enemy, but the enemy stood firm* என்னும் சாதாரண ஆங்கில

வாக்கியத்தை அடிப்படை ஆங்கிலத்தில் The person in military authority was the guide of the men in the army against the nation at war, but the not-friends stood solidly upright என எழுத வேண்டும் என்று காட்டினார்கள். ஆனால், இந்தக் கரடுமுரடான வாக்கியம், அடிப்படை ஆங்கில விதிகளைச் சரியாகப் பின்பற்றி எழுதப்படவில்லை. அதேசமயம் அவர்கள் அடிப்படை ஆங்கில அமைப்பு விதிகளைப் பின்பற்றி, The lieutenant went in front of his men to the attack, but the otherside did not give way என்றும் எழுதலாம். இந்த வாக்கியம் அவ்வளவு மோசம் இல்லை!

உலகத்தில் உள்ள மொழிகளைப் பற்றி இன்னும் அதிகமாகப் பிறகு பார்ப்போம். இப்போது, மொழி எப்படிச் செயல்படுகிறது என்ற அடிப்படைக் கேள்விக்கு மீண்டும் போவோம்.

ரீங்காரத்திற்குப் பொருள் உண்டா?

தேனீக்கள், கணினிகள், போக்குவரத்து சமிக்கைகள் ஆகியவற்றில் பொதுவாக இருப்பது என்ன? அவை செய்திகளை அனுப்பும் முறை சில கூறுகளில் ஒன்றாகவும், சில கூறுகளில் வேறாகவும் இருக்கின்றன. குறிப்பாக அவை மூன்றும் மொழியியலாளர்கள் படித்து ஆராயும் மனித மொழிகளிலிருந்து வேறுபட்டிருக்கின்றன.

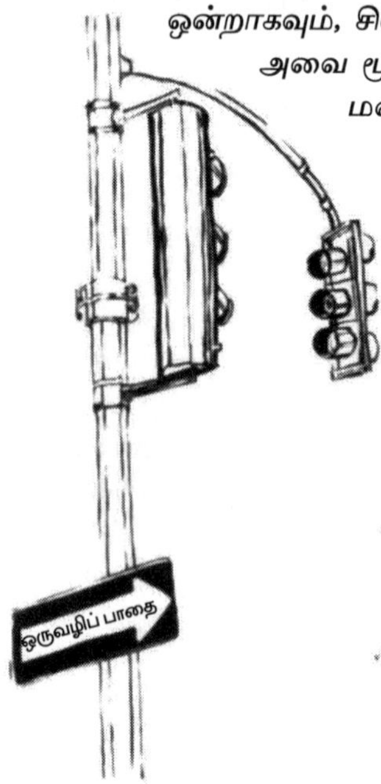

போக்குவரத்து சமிக்கைகள் சிவப்பு, மஞ்சள், பச்சை போன்ற வண்ணக் கண்ணாடியினுள் இருக்கும் விளக்குகளில் பாயும் மின்சாரத்தால் 'நில், கவனி, செல்' என்ற செய்திகளை நமக்குத் தெரிவிக்கின்றன.

விளக்குகள் நமக்குச் செய்தியைச் சொன்னாலும், அவை நம்மோடு ஊடாடுவதில்லை. நமக்கு அந்தச் செய்திகள் கிடைத்தனவா என்று அவை கவலைப்படுவதில்லை; நாம் பதில் அளிக்க வேண்டும் என்று அவை எதிர் பார்ப்பதில்லை; நாம் பதில் கூறினாலும் அவற்றால் புரிந்துகொள்ள முடியாது.

தேனீக்கள் நம்மைக் கொட்டும்போது அவை நமக்கு நிச்சயமாக ஒரு செய்தியைச் சொல்கின்றன; ஆனால் பல நேரங்களில் அவை தங்களுக்கிடையே

பூவில் தேன் எங்கிருக்கிறது என்ற செய்தியையும், அங்கு எப்படிச் செல்வது என்ற செய்தியையும்தான் பரிமாறிக்கொள்கின்றன. 'நில், கவனி, செல்' போன்ற போக்குவரத்து சமிக்கைகளோடு ஒப்பிடும்போது இவை சிக்கலானவை தாம்; தேனீக்களின் செய்திகள் 'நடனம்' என்று நம்மால் அழைக்கப்படும், மூளையினால் இயக்கப்படும் ஒரு வகை (நுண்ணளவையுள்ள) அசைவுகள் மூலம் தகவல்கள் கூறப்படுகின்றன. போக்குவரத்து சமிக்கைகளைத் தேனீக் களின் அங்க அசைவு மொழி சாதாரணமாக ஆகிவிட்டாலும், அவற்றிலிருந்து இது முற்றிலும் மாறுபட்டது அல்ல.

கணினிகள் தேனீக்களை மிஞ்சி விட்டதாகத் தோன்றினாலும், அது தரவுகளை எண்ணற்ற வடிவங்களில் காட்டும் கணினியின் சக்தி ஏற்படுத்தும் ஒரு மாயத் தோற்றமே. எப்படிப்பட்ட சிக்கலான தகவல்களைக் கணினி கையாண்டாலும், 'ஆம் அல்லது இல்லை', 'பிளஸ் அல்லது மைனஸ்', '1 அல்லது 0' என்ற இரண்டிற்குள் தரவுகளை அடங்கி

விடும். அவையெல்லாம் நமக்குத் தெரியாத, நாம் சாதாரணமாக நினைத்துப் பார்க்காத, கணினியின் திரைக்குப் பின்னால் இருக்கும் பெட்டிக்குள் நடக்கும். நமது மகிழ்ச்சிக்கு மின்னணுச் சுற்றுகளை *(சர்க்யூட்ஸ்)* வேலைசெய்ய வைக்கும் கணினி 'மொழிகள்' கட்டளைத் தொகுப்புகளாக இருக்கின்றன. இவை 'நில், கவனி, செல்' என்று காட்டும் போக்குவரத்து சமிக்கைகளிலிருந்து அடிப்படையில் எந்த வித்தியாசமும் இல்லாதவை.

நமது மூளை உருவாக்கிக் கொடுக்கும் மிகவும் சிக்கலான வெளிப்பாடுதான் அர்த்தம். இதுதான் மனித மொழிகளைக் கணினி மொழியிலிருந்தும் தேனீக் களின் மொழியிலிருந்தும் போக்குவரத்து சமிக்கைகளிலிருந்தும் மிகவும் வேறுபடுத்துகிறது. நாம் ஏற்கனவே பார்த்த மொழியின் கூறுகளிலிருந்தும் மொழியியலின் பகுதிகளிலிருந்தும் மொழி என்றால் என்ன என்று

வரையறுக்கலாம். இது நம்மை மொழி ஆராய்ச்சியின் அடுத்த கட்டத்திற்கு அழைத்துச் செல்லும்.

கீழே உள்ள படத்தில் சொல்லும் மொழியின் வரையறையைக் கூடுமானவரை முழுமையானதாக்க இன்னும் சில விஷயங்களை அதில் சேர்க்கலாம். உதாரணமாக, ஒரு குறிப்பிட்ட மொழி அதன் முழுமையான வடிவில் இருக்கும் ஒரே இடம் அம்மொழியைப் பேசும் சமுதாய உறுப்பினர்களின் நினைவில் இருப்பதைச் சொல்லலாம்.

அமைப்பு, ஒலி, விதி ஆகிய சொற்களின் கருத்து நம்முடைய பொது அறிவுக்குப் புரியும். ஆனால், அர்த்தம் என்பதன் கருத்து ஒரு வழுக்கல் கருத்து.

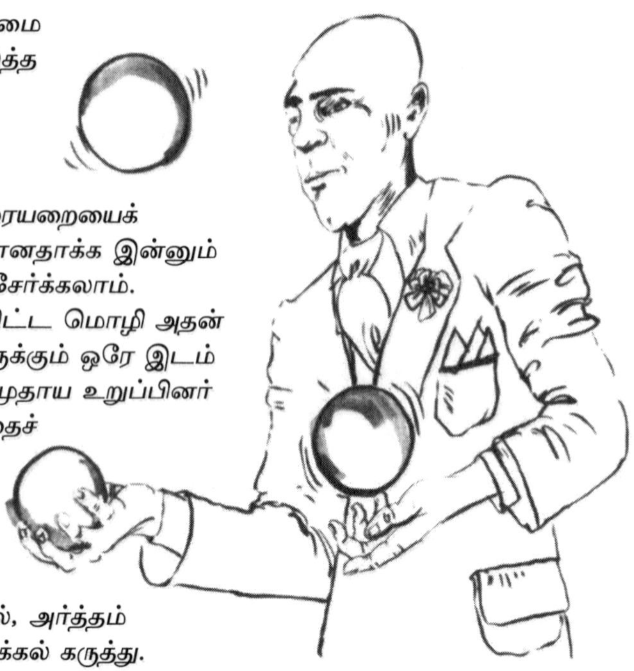

மனித மொழி என்பது எண்ணிக்கையில் அடங்கும் ஒலிகளின் தொகுதியாகவும் வரையறுத்த விதிகளின் தொகுதியாகவும் இருக்கிறது...

...அர்த்தங்களை உண்டுபண்ணி அவற்றைப் பகிர்ந்துகொள்வதற்காக

'அர்த்தத்தின் அர்த்தம்' (The meaning of meaning) என்னும் புத்தகம் 1923இலிருந்து தொடர்ந்து அச்சிடப்பட்டு வருகிறது. இந்தப் புத்தகத்திலிருந்து பொருண்மையியலைப் புரிந்துக்கொள்ளத் தொடங்குவோம்.

பொருண்மையியல் (*‘அர்த்தம்’ என்றும் அழைக்கப்படுகிறது)*

அர்த்தத்தின் அர்த்தம் என்னும் நூலை இரண்டு ஐரோப்பிய ஆண்கள் இவ்வுலகத்திற்கு வழங்கினார்கள் (அவர்கள் இப்போது உயிரோடு இல்லை). அது அவர்களுடைய முதல் நூலாகவும் இருந்தது. அப்போது அவர்கள் இளவயதில் *தொடரின் அமைப்புகள்* (Syntactic Structures) என்னும் நூலை எழுதிய சாம்ஸ்கியின் வயதை ஏறக்குறைய ஒத்தவர்களாக இருந்தார்கள் (மொழியியல் எப்போதுமே இளவயதினரை ஈர்க்கும் துறையாக இருந்திருக்கிறது!). முன்னே சொன்ன சார்லஸ் கே ஓக்டெனும் *(1889-1957)* ஐவர் ஆம்ஸ்ட்ராங் ரிச்சர்ட்ஸூம் *(1893-1979)* கேம்பிரிட்ஜ் பல்கலைக்கழகத்தில் மாணவர்களாகச் சந்தித்தபோது மொழியியலாளர்களும் தத்துவவியலாளர்களும் ‘அர்த்தம்’ பற்றிச் செய்துகொண்டிருந்த ஆராய்ச்சியைப் பார்த்து அது இவ்வளவு குளறுபடியானதா என்று திகைப்படைந்தனர்.

பொருண்மையியல்
மொழி வடிவங்களின் பொருள் பற்றிய படிப்பு

இந்தக் குளறுபடியைத் தெளிவுபடுத்த விரும்பி அவர்கள் உளவியல், தத்துவம், மானிடவியல் ஆகிய மூன்றிற்கும்

குறியியல்
குறிகளின் பொருள் பற்றிய படிப்பு

மொழியியலுக்கும் உள்ள தொடர்பை ஆராயத் தொடங்கினர் (மொழியியல் முன் எப்போதையும் காட்டிலும் இப்போது பல துறை நெறிகளின் இயல்பைக் – குறியியல் – காட்டுவதாக இருக்கிறது). அவர்களுடைய தேடலில் மொழி யியலும் குறியியலும் *(செமியோடிக்ஸ்)* சந்திக்கும் இடம் அகப்பட்டது. குறியியல் குறிகளைப் பற்றி ஆராயும் துறை. அதாவது, தனக்கு அப்பால் வேறு ஒன்றைக் குறிகள் சுட்டுவதை, சொல்லாலான மொழிக்கு அப்பால் உள்ள குறிப்பொருளை ஆராயும் துறை. அமெரிக்காவின் வியத்தகு சிந்தனையாளரும் நவீன குறியியல் துறையின் தந்தையெனக் கருதப்படுபவருமான சார்லஸ் சேண்டெர்ஸ் பியர்ஸ் *(1839-1914)* என்பவரின் ஆய்வை ஆதாரமாகக் கொண்டு ஓக்டெனும் ரிச்சர்ட்ஸும் தங்கள் புத்தகத்தை எழுதினார்கள்.

இவர்கள் பியர்ஸின் ஆய்வு தங்கள் காலத்தில் நடந்துகொண்டிருந்த குளறுபடியான மொழி ஆய்விற்கு ஒரு மாற்றாக உள்ளது என்று நினைத்தனர். அவர்களுடைய *அர்த்தத்தின் அர்த்தம்* என்னும் புத்தகத்தில் பியர்ஸின் ஆய்வுகள் பின்னிணைப்பாக வெளியிடப்பட்டதால் அவற்றைப் பலரும் படிக்கக்கூடிய வாய்ப்பு ஏற்பட்டது. பியர்ஸினுடைய ஆய்வுகளின் அடிப்படையான குறி பற்றிய வரையறை ஓக்டெனிடமும் ரிச்சர்ட்ஸிடமும் மிகுந்த தாக்கத்தை ஏற்படுத்தி இருப்பது அனைவருக்கும் புலப்படும். பியர்ஸுக்கு அவருடைய குறி பற்றிய பொதுக் கோட்பாடு தர்க்க நெறிக்குச் சமமானது என்று பிற்காலத்தில் ஓக்டென் சுட்டிக் காட்டியுள்ளார். இந்த வகையில் *அர்த்தத்தின் அர்த்தம்* என்னும் புத்தகத்திற்கு ஓர் இணையும் இருக்கிறது. ஏனெனில் ஓக்டெனும் ரிச்சர்ட்ஸும் அர்த்தத்தைக் கட்டுக்குள் வைப்பதற்கு முன்வைத்த விதிகள் தத்துவவியலில் பாரம்பரியமாகப் பயன்படுத்தும் தர்க்க விதிகளின் மேம்படுத்தப்பட்ட வடிவமாக இருக்கின்றன.

மொழிசார் (மொழியின் சொல் முதலான அலகுகளான) குறியை (sign) குறியீடு (symbol) என்று பெயர் குறித்துக் காட்டியதற்காக சசூரை ஓக்டெனும் ரிச்சர்ட்ஸும் விமர்சித்தனர். சசூர், குறிப்பிட்ட சில குறிகளே *குறியீடு* ஆகும் என்றார். அவர் குறிகளை மிகவும் கவனமாக வரையறுத்தார். இந்தக் குறுகிய வரையறை ஓக்டெனுக்கும் ரிச்சர்ட்ஸுக்கும் போதுமானதாக இல்லை. அவர்கள் சசூர் குறியையும் குறியீட்டையும் வேறுபடுத்தியது தேவை இல்லாதது என்று நினைத்தார்கள்.

அவர்களுடைய கருத்துப்படி குறிகள் பயன்படுத்தப்படும் போது குறியீடுகள் ஆகும். இந்தக் கருத்தின்படி எல்லாக் குறியீடுகளும் குறிகளே; ஆனால் எல்லாக் குறிகளும் குறியீடுகள் அல்ல. ஓக்டெனும் ரிச்சர்ட்ஸூம் குறியையும் குறியீட்டையும் அவற்றின் *பயன்பாட்டை* அடிப்படையாக வைத்து வேறுபடுத்தினார்கள். சசூரோ அவற்றின் *பண்புக் கூறுகளை* அடிப்படையாக வைத்து அவற்றை வேறுபடுத்தினார். *அர்த்தத்தின் அர்த்தம்* என்னும் நூல் ஓக்டென், ரிச்சர்ட்ஸ் கோட்பாட்டை விளக்கும் விரிந்த நூல். அதை இங்கே நாம் சுருக்கமாகக் கூற முடியாது. ஆகவே, அதிலிருந்து இன்னும் இரண்டு கருத்துகளை மட்டும் இங்கே பார்ப்போம்.

வார்த்தை ஜாலம் (Word Magic)

ஓக்டெனும் ரிச்சர்ட்ஸூம் வார்த்தை ஜாலம் என்னும் தொடரை எண்ணம் மொழியின் கட்டுக்குள் இருக்கிறது என்னும் கருத்தைக் குறிக்கப் பயன் படுத்துகிறார்கள். மொழி எண்ணத்தின் கட்டுக்குள் உள்ளது என்னும் கருத்தை அல்ல – ஓக்டெனுடைய பிற்கால ஆய்வான 850 வார்த்தைகளைக் கொண்ட அடிப்படை ஆங்கிலம் (BASIC English) என்னும் திட்டம் வார்த்தை ஜாலத்தை அழிப்பதற்கே. வார்த்தை ஜாலம்தான் தவிர்க்க வேண்டிய வழக்குகள் (taboos) என்னும் கருத்தின் மையம். *God damn* என்று சொல்வதைத் தவிர்த்து *goldarn* என்று சொல்வது இதற்கு ஓர் உதாரணம் *(தமிழில் இதை இடக்கரடக்கல் என்பார்கள்.)* வார்த்தை ஜாலத்தில் உள்ள நம்பிக்கைதான், மொழியின் சக்தியைப் பிரதிபலிக்கும் *speak of the devil* என்பது போன்ற வழக்குகளை உருவாக்குகிறது, இந்தத் தொடரில் உள்ள devil என்ற வார்த்தையின் அர்த்தம் இப்போது வலுவிழந்து போயிருந்தாலும். devil என்ற வார்த்தை அது சுட்டும் பொருளின் பயங்கரத்தை நம் மனதில் தோற்று விக்கிறது *(இந்தச் சொல்லுக்கு மட்டுமல்ல, எல்லாச் சொல்லுக்குமே இப்படி ஒரு சக்தி உண்டு (நெருப்பென்றால் வாயைச் சுடும் என்று சிலர் நினைப்பதைப் போல).*

ஒலிப்பின் நழுவல் (வார்த்தை மாய்மாலம் – Phonetic Subterfuge**)**

அர்த்தத்தின் அர்த்தம் வளமான, அறிவு நிறைந்த புத்தகம். 'உனக்குப் புத்திசாலித்தனம் இருந்தால் தொடர்ந்து படி' என்று சவால்விடும் நடையில் அது எழுதப்பட்டிருக்கிறது. வார்த்தை ஜாலம், ஒலிப்பின் நழுவல் போன்ற தொகைச்சொற்களை அது உருவாக்கியிருக்கிறது. அதே நேரத்தில் மொழி யியலின் சிக்கலான கலைச்சொற்களைக் கேலிசெய்கிறது (அப்படிப்பட்ட கலைச்சொற்களை நாம் இந்தப் புத்தகத்தில் தவிர்க்க முயன்றிருக்கிறோம்). ஒலிப்பின் *நழுவல்* போன்ற தொகையைக் கொடுக்கும்போது அந்நூலாசிரியர் களும் சிக்கலாகத்தான் செய்திருக்கிறார்கள். ஒரு வார்த்தை வேறு வார்த்தை களின் அர்த்தத்தின் பாணியை (Pattern) அவை வெறுமனே கேட்பதற்கு ஒரே மாதிரியாக இருக்கின்றன என்பதால், பின்பற்றுவதாக நாம் கற்பனை செய்தால், நாம் ஒலிப்பின் *நழுவல்* என்னும் குற்றத்திற்கு ஆளானவர்கள் என்று அவர்கள் கூறினர். இதற்கு நாம் தரும் உதாரணம்: *Leaseable* என்ற சொல்லுக்குக் *குத்தகைக்குக் கிடைப்பது* என்று அர்த்தம்; *loanable* என்றால் *கடனுக்குக் கிடைப்பது* என்று பொருள். ஆனால், *loveable* என்றால் *அன்பிற்குக் கிடைப்பது* என்ற அர்த்தம் அல்ல.

ஒக்டென்-ரிச்சர்ட்ஸுடைய சில நூதனமான கருத்துகள் புத்திசாலியான வாசகர்களையும் குழப்பின. இப்படிக் குழம்பியவர்களில் *Metamagical Themes, Le ton beau de Marot* என்னும் நூல்களை எழுதிய டக்ளஸ் ஹொஃப்ஸ்டாடர், ரஷ்ய நாவலாசிரியர் கோடெல், நெதர்லாந்தைச் சேர்ந்த எஸ்சர், ஜெர்மன் இசை மேதை பாஃக் ஆகியோரும் உட்படுவர். இருப்பினும் ஹொஃப்ஸ்டாடர் இந்த நூலால் கவரப்பட்டு பின்வரும் வரிகளை எழுதினார்:

இரண்டு வல்லுநர்கள் அர்த்தத்தை விளக்க,
அர்த்தத்தின் அர்த்தம் என்னும்
ஒரு நூலை
எழுதினார்கள்,
ஆனால் உலகம்
குழம்பிப்போனது.
அதனால் மூன்று
வல்லுநர்கள்
சேர்ந்து *அர்த்தத்தின்*
அர்த்தத்தின் அர்த்தம்
என்னும் அடுத்த
நூலை எழுதினார்கள்.

மிகவும் நேர்த்தியான ஒரு புள்ளியை அதன்மீது வைக்காதீர்

ஆனால் அர்த்தத்தின் அர்த்தம் என்னும் நூலைப் படித்துவிட்டுத் தங்களது தலையைச் சொறிந்து விலகிச் சென்றவர்கள்கூட அதனுடைய முக்கியமான மூன்று புள்ளிகளை நினைவில் வைத்திருக்கின்றனர்.

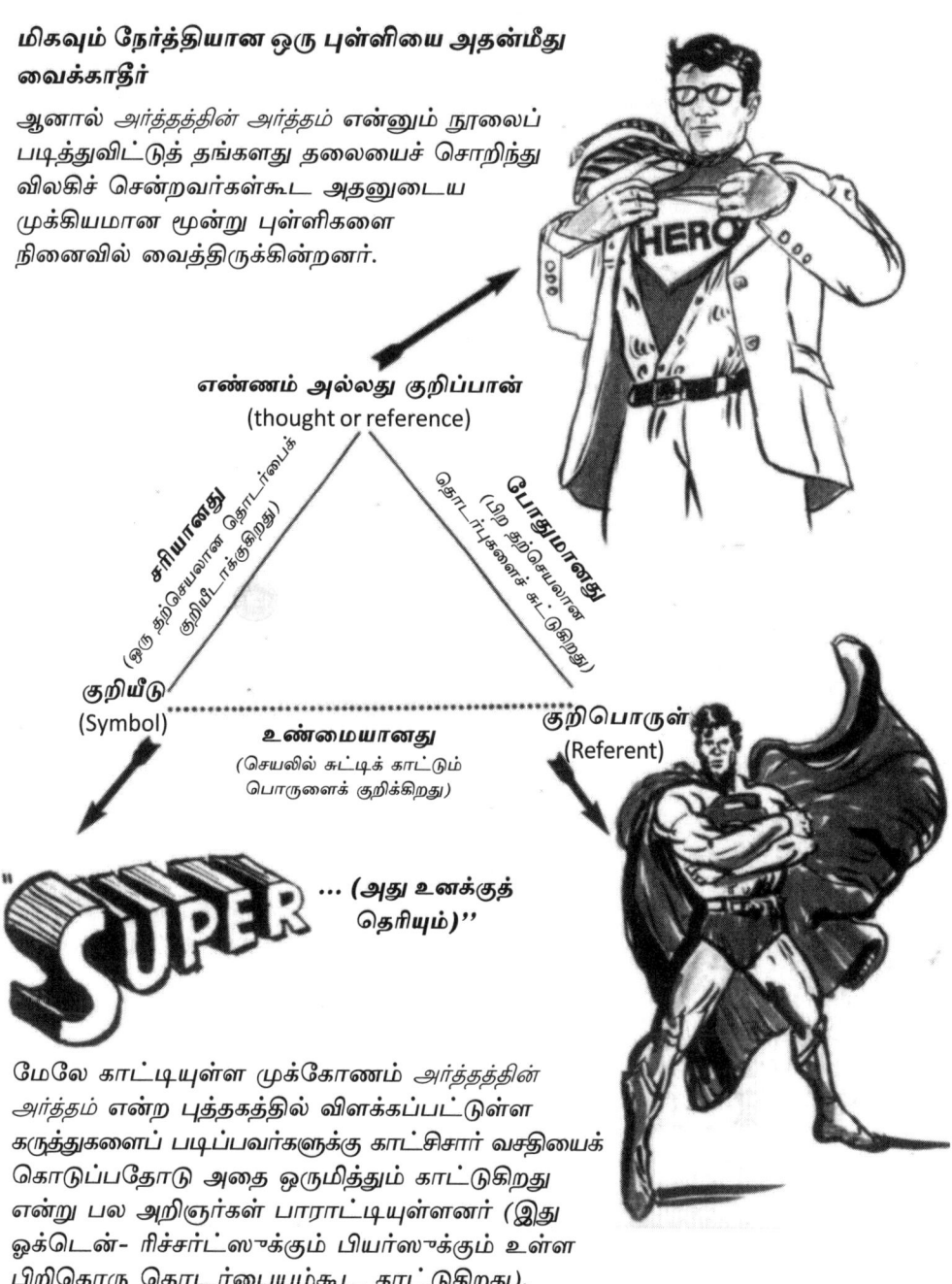

மேலே காட்டியுள்ள முக்கோணம் அர்த்தத்தின் அர்த்தம் என்ற புத்தகத்தில் விளக்கப்பட்டுள்ள கருத்துகளைப் படிப்பவர்களுக்கு காட்சிசார் வசதியைக் கொடுப்பதோடு அதை ஒருமித்தும் காட்டுகிறது என்று பல அறிஞர்கள் பாராட்டியுள்ளனர் (இது ஓக்டென்- ரிச்சர்ட்ஸுக்கும் பியர்ஸுக்கும் உள்ள பிறிதொரு தொடர்பையும்கூட காட்டுகிறது).

ஆனால் ஏன் முக்கோண வரைபடம்? ஏனெனில் இதில் உள்ள மூன்று புள்ளிகளும் அர்த்தத்தின் இன்றியமையாதவையாக, கலவையின் கூறுகளாக இருக்கின்றன. நான்கு புள்ளிகள் தேவையில்லை; இரண்டு புள்ளிகள் போதாது.

குறியீடு = வார்த்தை, தொடர், வாக்கியம் (); குறிபொருள் = அந்தக் குறியீடு இந்த உலகத்தில் அடையாளமாக இருக்கும் பொருள் (); எண்ணம் (சிந்தனை) = நாம் தகவலை வாசிக்கும்போதோ கேட்கும் போதோ ஒரு குறிபொருளை அந்தக் குறியீடு நம்மை யோசிக்க வைக்கிறது; அல்லது அதைப் பற்றி நாம் உலகத்திற்குச் சொல்ல விரும்பும் போது ஒரு குறியீட்டை அந்தக் குறிபொருள் நம்மை யோசிக்க வைக்கிறது (). குறியீடு, குறிபொருள், எண்ணம் என்னும் இந்த மூன்றில் ஒன்று இல்லையென்றாலும்கூட கருத்துப் பரிமாற்றம் (தொடர்பாடல்) நிகழாது.

அர்த்தத்தைப் பல மாதிரியாக வரையறுக்கலாம்; அதை ஆராய்வதற்குப் பல வழிமுறைகளைப் பின்பற்றலாம். நாம் சொற்களில் மட்டும் கவனம் செலுத்தினால், அவற்றைத் தனியாக (குறிப்பாக சிக்கலான அர்த்தங்கள் உள்ள வார்த்தைகளை), ஜோடிகளாக (குறிப்பாக ஒரே அல்லது எதிர்மறை அர்த்தங்களைக் கொண்ட வார்த்தைகளை) அல்லது குழுக்களாக (குறிப்பாக அர்த்தங்களைப் பங்கிட்டுக் கொள்ளும் வார்த்தைகளை) ஆராயலாம். அல்லது ஒரு பொருட் பிரிவின்கீழ் வரும் வார்த்தைகள், வார்த்தையின் மாறும் அர்த்தங்கள் என்றெல்லாம் ஆராயலாம்.

பல அர்த்தங்கள்

பல சொற்களுக்கு ஒன்றுக்கு மேற்பட்ட அர்த்தங்கள் உண்டு. இது மொழியின் இயல்பு. ஒரு சொல் எவ்வளவு அதிகமாக, எத்தனை சந்தர்ப்பங்களில் பயன் படுத்தப்படுகிறதோ அந்த அளவிற்குப் புது அர்த்தங்களை அது பெறுவதற்கு வாய்ப்புகள் உள்ளன. ஆங்கிலத்தில் அதிகபட்ச அர்த்தங்கள் உள்ள சொல்லுக்கு ஓர் உதாரணம் set. இதற்கு ஆக்ஸ்போர்ட் ஆங்கில அகராதி 128 அர்த்தங் களைக் கொடுக்கிறது (தமிழில் க்ரியாவின் தற்காலத் தமிழ் அகராதி 'போடு' என்னும் சொல்லுக்கு ஒன்றோடொன்று தொடர்புள்ள 53 அர்த்தங்கள் தருகிறது).

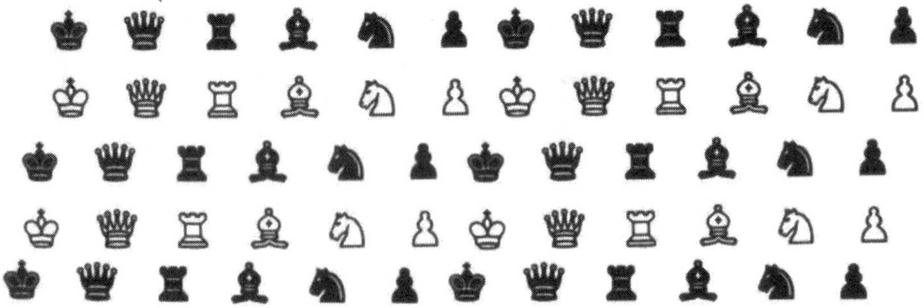

பலபொருளொரு சொற்கள் (homonyms) ஒரே ஒலிகளை உடையவை (எல்லாம் ஒரே மாதிரி எழுதப்படுபவை அல்ல); ஆனால் தொடர்பில்லாத

ஞாபகம் இருக்கிறதா?
NOAM
gnome

அர்த்தங்கள் உடையவை *(தமிழில் 'படி' என்னும் சொல்லுக்குக் க்ரியாவின் தற்காலத் தமிழ் அகராதி 7 ஒன்றுக்கொன்று தொடர்பில்லாத அர்த்தங்கள் இருப்பதாகக் காட்டுகிறது. இதற்கு ஒரே வடிவமுள்ள 7 தனிச் சொற்கள் இருக்கின்றன என்று பொருள்).* இந்தச் சொற்கள் ஒரு மொழியை நன்றாகத் தெரிந்தவர்களிடமும் குழப்பத்தை உண்டுபண்ணலாம்.

இதோ இங்கே ஓர் எடுத்துக்காட்டு

உலகின் பல மொழிகளில் சிண்டரெல்லா (Cinderella) கதை பல வடிவங்களில் வழங்குகிறது. பாஸ்க் மொழி பேசும் ஆயா தன் குழந்தைகளுக்குச் சொன்ன கதைகளை சார்லஸ் பெரால்ட் ***(1628-1703)*** என்னும் பிரெஞ்சுக்காரர் எழுத்து வடிவில் பதிவுசெய்து வைத்தார். ஆங்கிலத்தில் வழக்கமாகச் சொல்லப்படும் வடிவம் இவரிடமிருந்துதான் வந்தது. பெரால்ட் எழுதிவைத்த கதையில் சிண்டெரெல்லாவின் செருப்பு கண்ணாடியால் செய்யப்பட்டதாக இருக்கிறது. அதுவே ஸ்காட்-ஐரிஷ் வடிவங்களில் படிகத்தில் (crystal) செய்த செருப்பாக வருகிறது. இதில் அப்படியொன்றும் பெரிய தவறு இல்லைதான். ஆனால் இரண்டு நூற்றாண்டுகளுக்குப் பின்னர் வந்த ஹோனர் தெ பல்சாக், எமீல் லீத்ரு ஆகிய இரு புகழ்பெற்ற பிரெஞ்சு இலக்கியவாதிகளுக்கும் இது சரியாகப் படவில்லை. அவர்கள் ஏதோ குளறுபடி நடந்திருப்பதாக நினைத்தனர். பிரெஞ்சு மொழியில் கண்ணாடி என்பதற்குரிய வார்த்தையான verreஉம் அணிலின் ரோமம் அடங்கிய தோலுக்குரிய வார்த்தையான vairஉம் ஒன்றாக உச்சரிக்கப் படுகின்றன. அதனால் தோலில் செய்யப்பட்ட செருப்பு என்பது கண்ணாடியால் செய்யப்பட்ட செருப்பு என்றாகி விட்டது என்று அவர்கள் விளக்கினார்கள். ஒருவேளை இந்த விளக்கம் கதையாக இருக்கலாம். கண்ணாடியையும் தோலையும் குறிக்கும் இரண்டு

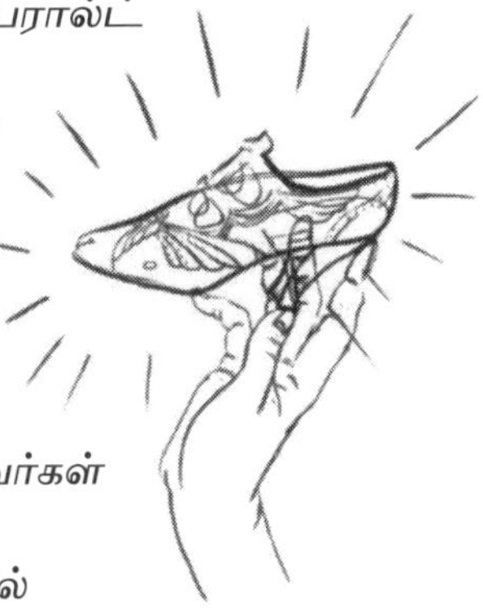

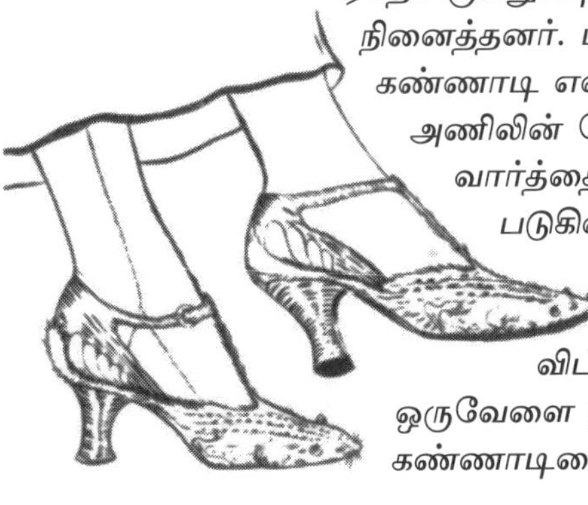

எத்தனை அர்த்தங்கள்?

'தலைவர்: வாரும் புலவரே புத்தியில்லாதவரே!
புலவர்: இதோ வந்தேன் மடத்தலைவரே.
தலைவர்: இளமையில் கல் உணர்ந்தீரா?
புலவர்: உன் முதுமையில் மண் உணர்வீரே!
தலைவர்: போய் இரும்படியும்.
புலவர்: நல்லது அண்டங்காக்கை தலைவரே!'

பழங்கள் சாப்பிட்டுக்கொண்டே சண்டையிடுகின்றார்களோ என்று சுற்றி இருப்பவர்கள் நினைக்கும்படியாக சொற்கள் கடுமையாக இருக்கின்றன. சொற்களின் இரட்டை அர்த்தத்தைப் புரிந்தவர்கள் இதை ரசித்து மகிழ்வர்.

சொற்கள் ஒன்றாக உச்சரிக்கப்படாத மொழிகளில் செருப்பு கண்ணாடியாகவோ படிகமாகவோ இருக்கலாம். அப்படி இருந்தால், அம்மொழிகளில் இரண்டு பொருளுக்கும் குழப்பம் ஏற்பட்டிருக்க முடியாது. அப்போது என்ன சொல்வார்கள் இந்தப் பிரெஞ்சு மேதைகள்?

பொருள் மாற்றம்

பழைய ஆங்கிலத்தில் sam என்பது லத்தீன் மொழியின் semi - 'அரை' என்பதற்குச் சமமான சொல். Sandblind என்று பதினைந்தாம் நூற்றாண்டில் வழங்கப்பட்ட சொல் samblind 'அரைக் குருடு' என்பதன் இன்னொரு வடிவமாக இருக்கலாம். ஷேக்ஸ்பியர் தம்முடைய வெனிஸ் நகரத்து வணிகர் (Merchant of Venice) என்ற நாடகத்தை எழுதியபோது sam என்ற முன்னொட்டு sand என்பதோடு தொடர்புடையதாக ஆகிக் கொண்டிருந்தது. இது ஷேக்ஸ்பியரின் வரி:

This is my true begotten father, who being more than sand-blinde, high gravelblinde, knows me not.

ஏ டிக்ஷனரி ஆஃப் இங்கிலிஷ் லாங்குவேஜ் (1755) என்னும் அகராதியைத் தயாரித்த மொழிப் புலமையாளரான சாமுவேல் ஜான்ஸன் sandblind என்ற தொடருக்கு 'சிறு பொருள்கள் கண் முன்னால் பறப்பதைப் போன்று தெரியும் கண்ணில் குறை உள்ளவர்கள்' என்று பொருள் கூறுகிறார். அவர் இந்தச் சொல்லை வால்டர் தெ லா மேர் என்பவரின் கவிதை ஒன்றிலிருந்து எடுத்துத் தந்திருக்கிறார்.

ஒருபொருள் பன்மொழிகள் (synonyms) என்பது பல சொற்கள் ஒரே அர்த்தத்தைத் தருவதாகும். இந்த மாதிரி இரண்டு அல்லது மூன்று சொற்கள் ஒரே அர்த்தம் உள்ளவையாக இருப்பது சாதாரணமாகக் காணக்கூடியது அல்ல. அவற்றில் நடை வித்தியாசம் இருக்கும். ஆங்கிலத்தில் நன்கு அறியப்பட்ட ஒருபொருள் பன்மொழி அகராதியை உலகத்திற்கு வழங்கியவர் பீட்டர் மார்க் ரோஜே. இவருடைய விதியைப் பற்றி ஜார்ஜ் ஹேட்ச் ஜூனியர் The Death of Roget (ரோஜேயின் மரணம்) என்னும் தலைப்பில் எழுதிய கவிதையில் மனம்போன போக்கில் இப்படி விவரிக்கிறார்:

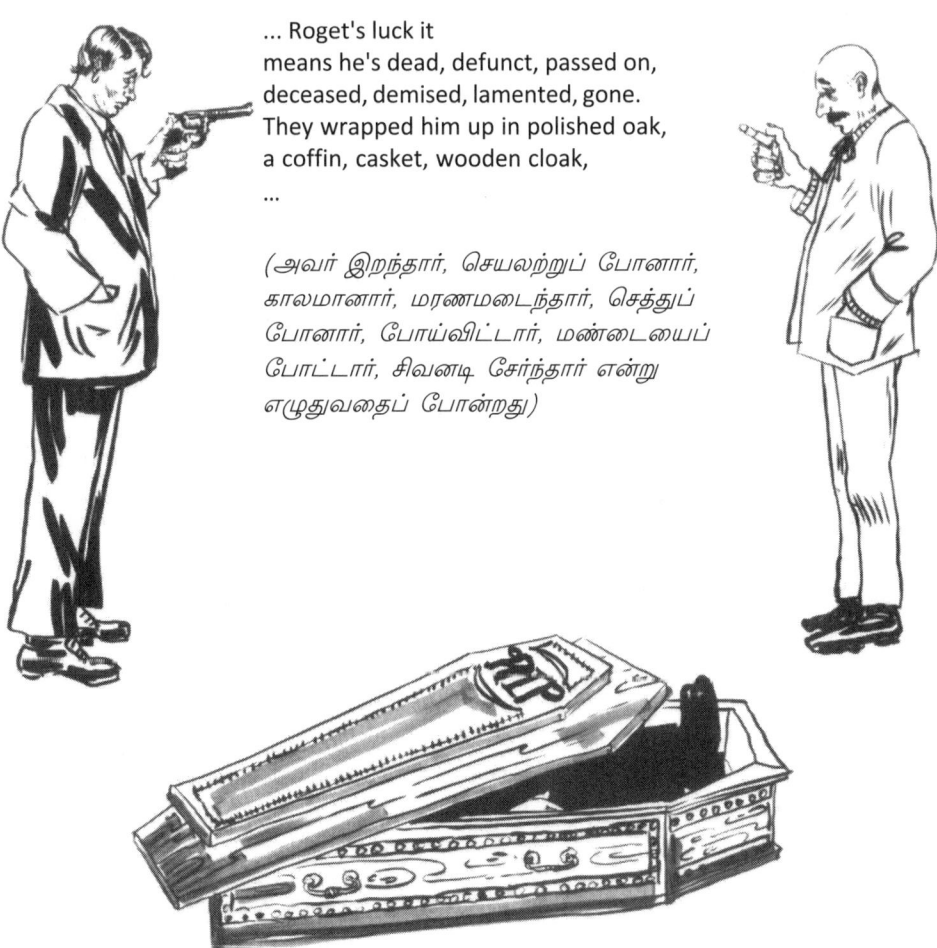

... Roget's luck it
means he's dead, defunct, passed on,
deceased, demised, lamented, gone.
They wrapped him up in polished oak,
a coffin, casket, wooden cloak,
...

(அவர் இறந்தார், செயலற்றுப் போனார், காலமானார், மரணமடைந்தார், செத்துப் போனார், போய்விட்டார், மண்டையைப் போட்டார், சிவனடி சேர்ந்தார் என்று எழுதுவதைப் போன்றது)

பொருண்மைசார் விபத்துகள்

கடந்த நான்கு பகுதிகளிலும் மொழியின் கூறுகளைப் பிரித்தெடுத்து, அவை வார்த்தைகளில் வருவதைக் காட்டி, வார்த்தைகள் எப்படிப் பல வகையாக,

ஜோடியாக, குழுக்களாக வருகின்றன என்று வரையறை செய்தோம். ஒரு வார்த்தையிலேயே மொழியின் இந்த எல்லாக் கூறுகளையும் பார்க்கலாம். எடுத்துக்காட்டாக, குழந்தைகள் பணம் சேமிப்பதற்காக உருவாக்கப்பட்ட, பன்றி உருவில் அமைந்த உண்டியலை (ஆங்கிலத்தில் *piggy bank* என்று பெயரிட்டு அழைப்பதை) எடுத்துக்கொள்வோம். தற்செயலாக நடந்த மாற்றம் சுவாரஸ்யமான விளைவுகளை ஏற்படுத்தியது.

முன்னொரு காலத்தில் ஆங்கிலத்தில் *pygg* என்னும் ஒரு வார்த்தை இருந்தது. அதன் அர்த்தம் பாண்டங்கள் செய்யப் பயன்படுத்தும் ஒரு வகைப் பொருள். இந்தப் பொருளிலிருந்து செய்யப்பட்ட கொள்கலன்கள் *pyggs* என்று அழைக்கப்பட்டன. இதுவரை நாம் ஆச்சரியப் படும்படியாக ஒன்றும் இல்லை. கண்ணாடியால் செய்யப்பட்டதை கண்ணாடிப் பாத்திரம் என்றும், தகரத்தில் செய்ததை தகரப் பாத்திரம் என்றும் சொல்வது வழக்கம்தானே. நாணயங்களைச் சேமித்து வைக்க *pygg*இல் செய்யப்பட்ட உண்டியலை *penny-pig, pence-pig* என்று உச்சரித்தனர். பளிங்குக் கல்லால் செய்யப்பட்ட சுத்தியல் புழக்கத்திலிருந்து மறைந்தது போல, பாண்டம் செய்யப் பயன்படுத்திய *pygg* புழக்கத்திலிருந்து மறையத் தொடங்கிய பின் ஆங்கிலேயர்கள் *penny-pig* என்ற உச்சரிப்புக்குக் காரணமாக இருந்த *pygg* என்ற வார்த்தையின் அர்த்தத்தை மறந்துவிட்டார்கள். உச்சரிப்பை *pig* என்ற வார்த்தையோடு தொடர்புபடுத்தத் தொடங்கினர். அதன் விளைவாக நாணயங்களைச் சேமிக்கப் பயன்படும் சிறு நாணய உண்டியல்கள் பன்றிகளின் உருவத்தில் செய்யப்பட்டன. இந்தத் தொடர் நிகழ்வுகள் *pygg* (கொள்கலன் செய்யும் பொருள்) உச்சரிப்பில் பலபொருளொரு சொல்லாகி, எழுத்திலும் piggy bank என்ற வார்த்தையாக மாறிய கதையைச் சொல்கிறது. இந்தக் கதையின் கடைசிக் கட்டத்தில் piggy bankஐ அதன் உருவத்தை வைத்து அப்படி அழைப்பதற்குக் காரணம் இருப்பதுபோல் தோன்றினாலும் அந்த வார்த்தையின் கதையைப் பார்த்தால் அது ஒரு கற்பனைக் கதை போல் தோன்றும்.

பனிக்குப் பல சொற்கள்

மொழியியல் பற்றி நீங்கள் எதுவும் படிக்கவில்லை என்றாலும், 'பனி (snow) என்ற பொருளுக்கு எஸ்கிமோ மொழியில்

நிறைய வார்த்தைகள் உண்டு' என்பது தெரிந்திருக்கலாம். நமக்குக் கிடைக்கும் தகவல்களை நாம் கவனமாகப் பார்த்தால் ஒரு மட்டமான மொழி ஆய்வை உருவாக்க ஒரு மடங்கு தவறான தகவலில் பத்து மடங்கு மிகைப்படுத்திய தகவல்கள் கலந்திருப்பதைக் காண்கிறோம். இது சரியான ஏமாற்று வேலை. ஆங்கிலத்தில் ஏமாற்று வேலையை snow job என்பார்கள். இதற்கும் பனிக்கும் தொடர்பு இல்லை. (ஒரு சிரிப்புப் படத் துணுக்குத் தொடரில் Snow Job என்பவன் ஒரு பாத்திரம்; அவன் தான் செய்ததை மிகைப்படுத்திக் கூறி மக்களை ஏமாற்றுவான். இவன் பெயரிலிருந்து வந்ததுதான் snow job என்னும் பிரயோகம்!)

ஃப்ரான்ஸ் போஆஸ்

அமெரிக்க மொழியியலின் தாத்தாவாகக் கருதப்படும் மானிடவியலாளர் ஃப்ரான்ஸ் போஆஸ் (1858-1942), நீர்நிலைகளைக் குறிக்க ஆங்கிலத்தில் lake (ஏரி), river (நதி), brook (ஓடை) போன்று பல வார்த்தைகள் இருப்பதுபோல, 'எஸ்கிமோ' மொழியிலும் பனியைக் குறிக்க - கிடக்கும்பனி (aput), விழும்பனி (gana), நகரும்பனி (piqsirpoq), வீசும்பனி (qimuqsuq) போன்று பல வார்த்தைகள் இருக்கின்றன என்று சுட்டிக் காட்டிய பிறகு பனியின் கதை ஆரம்பித்தது. அவருக்கு இதைச் சொன்னதில் ஏமாற்றும் நோக்கம் எதுவும் இல்லை! ('எஸ்கிமோ' என்ற வார்த்தையை ஏன் மேற்கோள் குறிக்குள் எழுதியிருக்கிறோம் என்பதை இன்னும் இரண்டு பத்திகள் தள்ளி விளக்குவதால், இனி அக்குறிக்குள் குறிப்பிடுவதை நிறுத்தி விடுவோம்).

தண்ணீரைக் குறிக்க *ஏரி, நதி, ஓடை* என்று பல தனிச்சொற்கள் உருவாகி இருப்பதுபோல, பனியின் பல தன்மைகளைக் குறிக்கத் தனிச்சொற்கள் உருவாகியிருக்கலாம் என்றாலும், பனி என்ற ஒரே வார்த்தையை வைத்துக் கொண்டு பனியின் பல தன்மைகளைக் குறிக்கத் தொடர்கள் உருவாக்கலாம் என்பது போஆஸ் கருத்து. இன்னொரு விதமாகச் சொன்னால், போஆஸின் கருத்து ஆங்கிலம், எஸ்கிமோ என்னும் இரண்டு மொழிகளும் எப்படி ஒன்றாகச் செயல்படுகின்றன என்பதைக் காட்டுவதேயன்றி இரண்டிற்கும் உள்ள எதிர்மறைகளைக் காட்டுவது அல்ல.

போஆஸின் கருத்து மற்றொரு மானிட மொழியியலாளர் பெஞ்சமின் லீ வோர்ஃபின் *(1897-1941)* எழுத்துகளில் வேறு உருவம் எடுப்பதைப் பார்க்கலாம்.

ம்ம்...
4 எஸ்கிமோ
வார்த்தைகள் × 7
தொடர்கள் = 400
சொற்கள் பனிக்கு!

இவர் போஆஸ் குறிப்பிட்ட எஸ்கிமோ மொழியின் நான்கு வார்த்தைகளையும் (அவருக்கு இதற்கு மேலும் எஸ்கிமோ வார்த்தைகள் தெரியுமா என்று தெரியவில்லை; தெரிந்திருந்தால் அவர் அதுபற்றிச் சொல்லவில்லை) ஆங்கிலத்தில் ஏழு தொடர்களுக்கு இணையாகக் காட்டினார். எஸ்கிமோ மொழியில் பனிக்கு எத்தனை வார்த்தைகள் வேண்டுமானாலும் இருக்கலாம், ஆங்கிலத்தில் எத்தனை தொடர்கள் வேண்டுமானாலும் இருக்கலாம் என்பதைப் போல என்று அவர் சொல்வதாகப் பலரும் விளங்கிக் கொண்டார்கள்! புலி கூடாரத்திலிருந்து வெளியே வந்து உலாவத் தொடங்கி விட்டது! இதற்குப் பிறகு எஸ்கிமோ மொழியில் பனிக்கு 400 வார்த்தைகள் இருக்கின்றன என்பது போன்ற 'ஆய்வு முடிவுகள்' வந்தன!

போஆஸ் இன்று உயிரோடிருந்தால் தமது 4 எஸ்கிமோ எடுத்துக்காட்டு வார்த்தைகளோடு மர்மமாக இன்னும் 396 சொற்கள் எப்படிச் சேர்க்கப்பட்டன என்று கேட்டிருப்பார். மொழியியலின் இந்த மட்டமான கோட்பாட்டை மறுத்திருப்பார். எஸ்கிமோ மொழியில் இல்லாத அகராதியை உருவாக்கியதையும் இது ஒரு மொழியின் தனிச்சொற்களுக்கும்

ஆனால்
எஸ்கிமோ
என்னும்
மொழியே
இல்லையே!
FRANZ BOAS

ஒரு வேர்ச்சொல்லிலிருந்து வரும் பல வார்த்தைகளுக்கும் உள்ள வேறுபாட்டைக் கண்டுகொள்ளவில்லை என்றும் கண்டித்திருப்பார். கீழே சில மொழிகளின் வார்த்தைகளும் ஆங்கிலத்தில் அவற்றிற்குச் சமமான தொடர்களும்:

லப்ரடோரியன் இனுய்ட் எனப்படும் எஸ்கிமோ மொழி

****

Pukak - குருணைப்பனி
Masak - மென்பனி
Mauja - மெல்லிய ஆழ்பனி
Mangokpak - ஈரப்பனி
Massalerauvok -நீர் ஊறியபனி

மேற்கு கிரீன்லாந்து மொழி

****

Sullarniq - உள்வீசுபனி
Nittaalaq - காற்றில் மிதக்கும்பனி
Qanipalaat - இறகு போல் சேர்ந்து விழும்பனி
Apusiniq - காற்றில் நகரும்பனி
Imalik - விழும் ஈரப்பனி

இந்த மொழியில் உள்ள பல வகைப் பனிகளையும் பனிக்கட்டியையும் குறிக்கும் 49 வார்த்தைகள் www.urbanlegends.com என்னும் இணையதளத்தில் கொடுக்கப்பட்டிருக்கின்றன.

ஒரு குமிழ் விளக்கை மாற்றுவதற்கு எத்தனை மொழியியலாளர்கள் தேவை?

குறைந்தபட்சம் எட்டு பேர். 'குமிழ்விளக்கு' என்பதன் பொருள் பற்றி ஒரு கட்டுரை எழுதுவதற்கு பொருண்மையியலாளர் ஒருவர், குமிழ்விளக்கு என்பதன் குறிசொல் விளக்கத்தைப் பற்றி ஒரு கட்டுரை எழுதுவதற்கு குறியியலாளர் ஒருவர், சசூரைப் பின்பற்றி குறியியலாளர் எவரும் மொழியியலாளர் அல்ல என்று சுட்டிக்காட்டுவதற்கு இதழாசிரியர் ஒருவர், சுவிட்சைப் போடுவதற்கோ நிறுத்துவதற்கோ சாம்ஸ்கியவழி இலக்கண அறிஞர் ஒருவர், எரிந்துபோன எல்லாக் குமிழ்விளக்குகளில் இருந்தும் உயிரற்றுப்போன குமிழ்விளக்கை மீட்டுருவாக்கம் செய்வதற்கு ஜெர்மானிய புனர் இலக்கணவாதி ஒருவர், குமிழ்விளக்கை மாற்றுவதற்கு முயற்சி செய்வதற்கு முன்பாக சிக்கலான மாற்றீடு நிகழ்வுகளைப் பகுத்தாய்வதற்கு இடைவெட்டுமொழி முன்னறிவிப்பாளர் ஒருவர், பிற மொழியியலாளர்கள் செய்யும் வேலையைப் பதிவும் குறியாக்கமும் செய்து, பகுத்தாய்வதற்கு சொல்லாடல் வல்லுநர் ஒருவர், இவர்கள் எல்லாம் இருட்டில் வாதாடிக் கொண்டிருக்க, கட்டடத்துப் பராமரிப்பாளரைக் கூப்பிட்டுக் குமிழ் விளக்கை உடனடியாக மாற்றுவதற்கு வலியுறுத்த, தேவையான, சரியான சொற்களைக் கண்டறிய பயன்பாட்டுவாதி என எட்டுபேர்.

குறைத்த அர்த்தமே சரியான அர்த்தம்

இந்தத் தலைப்பைக் கொண்டு நாம் பொருண்மையியல் பற்றிய விளக்கத்தை முடிப்பது ஒரு விநோதமான வழியாகத் தோன்றலாம். இது சூழ்நிலைப் பொருத்தத்திலிருந்து அர்த்தத்தைப் பெறுவதற்கான முக்கியத்துவம் பற்றி ஒரு பாடமே தவிர வேறொன்றுமில்லை. மற்றொரு வழியில் சொன்னால், ஒரு குறிப்பிட்ட இடத்தில் வரும் வார்த்தையைக் கேட்கும் போதோ படிக்கும்போதோ அதனுடைய சரியான அர்த்தத்தை நம்மால் தெரிந்துகொள்ள முடியவில்லை என்றால், வாக்கியத்தில் உள்ள மற்ற வார்த்தைகளின் அர்த்தத்தோடு ஒட்டிப் போகும் ஓர் அர்த்தத்தையே அந்த வார்த்தைக்குக் கொடுக்கிறோம். அப்படிச் செய்யும்போது அந்த வார்த்தைக்கு உள்ள பிற அர்த்தங்களை ஒடுக்கி

... ஒரு சொல்லின் அர்த்தம் தெளிவாக இல்லையெனில் அதைத் தேடிப் போகும் வழி...

விடுகிறோம். இதையே மேலே உள்ள கூற்று (தலைப்பு) சுட்டுகிறது. இந்தக் கருத்தை ஓர் உதாரணத்தின் மூலம் விளக்குவோம். அதாவது, ஒரு வாக்கியத்தில் உள்ள ஒரு சொல்லின் அர்த்தம் நமக்கு மிகவும் தெளிவாக இருந்தால், வாக்கியத்தில் உள்ள மற்ற வார்த்தைகளின் அர்த்தங்களைத் தெரிந்துகொள்ள அகராதியைத் தேடிப் போக வேண்டியதில்லை:

The rider dug in his spurs to urge on his mount

இந்த வாக்கியத்தில் உள்ள சொல்லான mount என்ற சொல்லுக்குப் பொருள் தேடும்போது, rider, spurs என்ற சொற்களின் அர்த்தத்தை வைத்து அந்தச் சொல் *குதிரையைக்* குறிக்கிறது என்று கொள்வோம். அந்தச் சொல்லுக்குரிய மற்ற அர்த்தங்களான *சுமைதாங்கி*, *குன்று* ஆகிய அர்த்தங்களை நீக்கி விடுவோம். அந்தச் சந்தர்ப்பத்தில் mount என்ற சொல்லுக்கு மிகவும் தொடர்புடைய *குதிரையேற்றம், குதிரைச் சவாரி* போன்ற அர்த்தங்களையும் பொருத்தம் இல்லாததால் நாம் சிந்திக்கத் தேவையில்லாமலே நீக்கிவிடுவோம். இப்படி அர்த்தங்களைக் குறைத்துச் சரியான அர்த்தத்தை அடைவோம்.

நமக்குத் தெரிந்த சொற்களை எதிர்கொள்ளும்போது பெரும்பாலும் நாமாகவே அர்த்தத்தைப் புரிந்துகொள்வது போலவே, ஒரு சொல் விளங்காத போதும் அதன் அர்த்தத்தைப் புரிந்துகொள்ளுதல் என்பதை நமக்கு நினைவு படுத்துவதுதான் *குறைத்த அர்த்தமே சரியான அர்த்தம்* என்னும் கூற்று.

மீள்பார்வை வழியாக (ஆனால் வினாவிடை விளையாட்டு அல்ல)

பின்வரும் இரண்டு வாக்கியங்களைப் பாருங்கள். அவை எந்த விதத்தில் வித்தியாசப்படுகின்றன? இந்த வாக்கியங்களை விளக்குவதற்கு மொழியியலில் நீங்கள் இதுவரை கற்றதில் எது உங்களுக்கு உதவுகிறது?

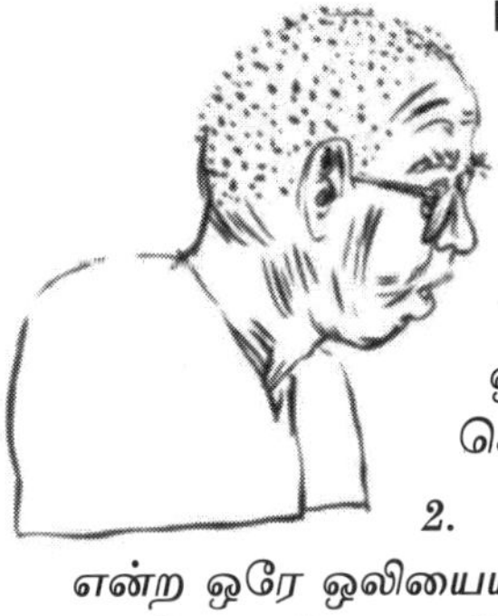

He's none too wise, replies the old man, muttering.
He's known two wise replies, the old man muttering.

விடை (இந்தப் பக்கத்தின் அடியில் விடையைத் தலைகீழாகக் கொடுக்கப்போவதில்லை!):

1. இவ்விரண்டு வாக்கியங்களுக்கிடையே வித்தியாசம் ஒரே ஓர் ஒலியன் மட்டுமே. none and known என்ற சொற்களில் உள்ள உயிரொலிதான் அது.
2. இவ்விரு வாக்கியங்களிலும் too, two என்ற ஒரே ஒலியையும் இரண்டு அர்த்தங்களையும் உடைய பலபொருளொரு சொற்கள் இருக்கின்றன.

3. (1), (2) காரணங்களாலும் இரண்டு வாக்கியங்களுக்கும் வெவ்வேறு மர வரைபடங்கள் உள்ளதாலும் அவ்வாக்கியங் களுக்கு வெவ்வேறு அர்த்தங்கள் உள்ளன.
4. இந்த இரண்டு வாக்கியங்களின் பொருள் வேறுபாட்டை சுருதியின் (intonation) வித்தியாசத்தைக் கொண்டு அடையாளம் காணலாம். இதை வெவ்வேறு இடங்களில் இடப்பட்டிருக்கும் காற்புள்ளிகளும் காட்டும்.

5
மொழிகளின் செயல்பாடு பற்றி மேலும் சில பாடங்கள்

மொழியியலைப் பற்றிய நம்முடைய அதிவேகக் கணக்கெடுப்பில் மொழிகள் எப்படிச் செயல் படுகின்றன என்பது பற்றிய பல சுவையான தகவல்களையும் மொழியியலாளர்கள் அவற்றை ஆராய்வதில் சந்திக்கும் பல சவால் களையும் விட்டுவிட வேண்டியதாயிற்று. படத்தை முழுமையாக வண்ணம் தீட்ட நமக்கு உதவுவதற்கு இதோ இங்கே சில இருக்கின்றன.

1. சுரவோசைக்குப் பெயரிடுங்கள்

உலகத்தில் ஐம்பது சதவிகிதத்திற்கும் மேற்பட்ட மொழிகள் – எடுத்துக்காட்டாக, மாண்டரின், கேண்டனீஸ் (சீனா), ஹௌஸா (நைஜீரியா/ கேமரூன்), மார்கி (நைஜீரியா), யொருபா (நைஜீரியா/பெனின்), தாய் (தாய்லாந்து) ஆகியவை சுரமொழிகள் (Tonal Language) என அழைக்கப்படு கின்றன. இம்மொழிகளில் எடுத்தலோசைகள் (வார்த்தையை உச்சரிக்கும் சுரத்தில் ஏற்படும் மாற்றம்) அர்த்தத்தில் வேறுபாட்டை ஏற்படுத்துகின்றன. 'Ma' என்று ஆங்கிலத்தில் நீங்கள் சுரத்தை உயர்த்தியும் ஒரே மட்டத்திலும் அதாவது எடுத்தலோசையில் கூப்பிட்டால், நீங்கள் உங்கள் தாயைக் கூப்பிடுகிறீர்கள் என்று அர்த்தம். அதையே நீங்கள் உயர்த்தியும் தாழ்த்தியும் அதாவது, படுத்தலோசையில் உச்சரித்தால், நீங்கள் உங்கள் தாயிடம் கோபமாக இருக்கிறீர்கள் என்று அவருக்குத் தெரிய வைக்கிறீர்கள். ஆனால் படுத்தலோசை யிலும் அவர் உங்களு டைய தாய்தான்!

மாண்டாரினில் 'Ma' என்ற வார்த்தையில் சுரத்தை மாற்றிப் பாருங்கள். அந்த வார்த்தைக்குத் 'தாய்' என்ற அர்த்தம் போய், பதிலாக 'திட்டு' என்ற அர்த்தம் வரும்.

சுரவோசை உள்ள எல்லா மொழிகளிலும் (Tonal Languages) குறைந்தபட்சம் ஏற்றம், இறக்கம் என்று இரண்டு நிலைகளாவது இருக்கும். சிலவற்றில் எட்டு அல்லது அதற்கு மேற்பட்ட ஏற்ற, இறக்க நிலைகள் இருக்கின்றன; ஆனால் இவ்வாறிருப்பது அரிது. ஓர் அசையை இரண்டு வெவ்வேறு நிலைகளில் ஏற்ற, இறக்கமாக உச்சரிக்கும்போது வெளிப்படும் அர்த்த வேறுபாடு மாண்டரின் மொழியில் எடுத்துக்காட்டியது போல, மொழிகளில் எப்போதுமே இவ்வளவு அடிப்படை பொருள் வேறுபாட்டுடன் இருக்க வேண்டியதில்லை. உதாரண மாக, நைஜீரியாவின் கனுரி மொழியில் எடுத்தலோசை மாற்றம் வினைச் சொல்லின் காலத்தை வேறுபடுத்துகிறது, வார்த்தையின் அர்த்தத்தை அல்ல.

ஒலிகள் ஒன்றாக இருக்கும் வார்த்தைகளை எழுதும்போது அவற்றின் சுர ஏற்ற, இறக்கங்களைக் குறியீடுகள் மூலம் வேறுபடுத்தலாம். பேச்சொலியின் தாளத்தையும் (rhythm) சுரங்களையும் மனிதக் குரலின் மூலம் மட்டுமல்லாது, ஆப்பிரிக்காவின் 'பேசும் முரசுகள்' போன்ற சாதனங்களின் மூலமும் உருவாக்கலாம். அவை காற்றில் பரவ மனிதக் குரல் தேவை இல்லை.

2. கர்னல் போகிக்கு இது பிடித்திருக்கும்

இந்தத் தாளங்களையும் சுரங்களையும் அவற்றை ஏற்கும் வார்த்தைகளின் அசைகளிலிருந்து பிரித்து விசிலாக ஊதலாம். இப்படித் தாளங்களாலும் சுரங்களாலும் மட்டுமே உருவாக்கப்படும் அமைப்பு (pattern) பேச்சு ஒலிகள் இல்லாமலேயே தொடர்பாடலை உண்டுபண்ணக் கூடியது. விசில் அடித்துச் செய்திப் பரிமாற்றம் செய்யும்

செயல், அதில் இல்லாத மொழியின் ஒலிகளைக் கேட்போர் நிறைவு செய்வதால் அர்த்தம் கொடுக்கும். நீங்களும் உங்களோடு உரையாடுபவரும் ஒரே இசைக் கதியில் இருந்தால், விசிலில் *ball* எது, *small* எது என்பது போன்ற குழப்பம் வராது.

குறு மீள்பார்வை

*ball*உம் *small*உம் ஒத்த இணைச் சொற்களா? ஒலியனியல் பற்றிய பகுதியைப் பாருங்கள். 'இல்லை' என்பதுதான் விடை. ஏனெனில், இவை இரண்டிற்குமிடையே ஒன்றுக்கும் மேற்பட்ட ஒலியால் வித்தியாசப் படுகின்றன. *ball*க்கும் *mall*க்கும் அல்லது *ball*க்கும் *all*க்கும் உள்ள வித்தியாசம் என்ன? இவை ஒத்த இணைகள் (ஒத்த இரட்டைகள்). ஏனெனில், இந்த இரண்டு ஜோடிகளில் ஒவ்வொரு ஜோடியிலும் ஒரே ஒரு ஒலியினால் அர்த்தம் வேறுபடுகிறது.

விசில்களையே முழுமையாகக் கொண்டு கருத்துபரிமாறும் மொழிகளோ தொடர்பாடல் அமைப்புகளோ இல்லை. வெறும் சுரமொழிகளில் இருக்கும் விசில் அடித்து கருத்து பரிமாறும் வடிவம் தவிர. இதிலும் விசிலடித்தல் ஒரு தேர்வாகவே இருக்கிறது.

3. இங்கே சொடுக்கு, அங்கே சொடுக்கு

தென்ஆப்பிரிக்காவிலுள்ள கொய்ஸன் (Khoisan) மொழிகளில் சொடுக்கொலித்தல் (click) ஒரு 'தேர்வாக' இல்லை; அது மொழியின் இன்றியமையாத ஒலி. சொடுக்கொலி கீழ் உதட்டையோ நாக்கையோ மேல் உதட்டிலும் அண்ணத்திலும் சப்புக்கொட்டுவது போல் ஒட்டிப் பிரித்து எழுப்பும் ஒலி. ஆங்கில மொழி பேசுபவர்கள் உருவாக்கும் அல்லது எழுத்தில் அடையாளம் கண்டுகொள்ளும் ஒரே சொடுக்கொலி நிராகரிப்பைத் தெரிவிக்கும், *tsk, tsk* என்று எழுப்பும் ஒலிதான். (தமிழில் ச்ச், ச்சி என்று இதே உணர்வைக் காட்ட ஒலிக்கிறோம்)

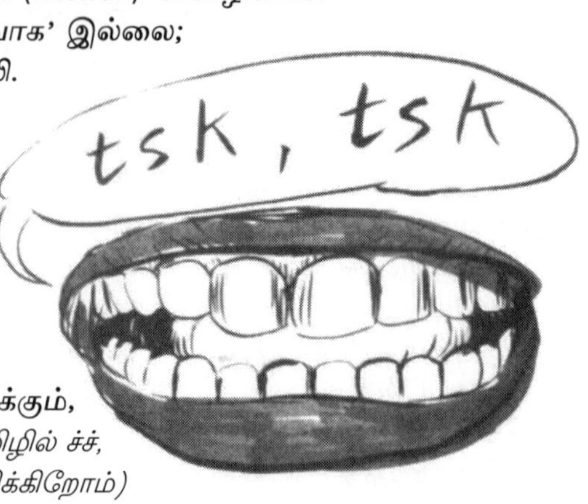

இது ஒரு முழுமையான சொடுக்கொலி. இவ்வொலி நாக்கை மேலண்ணத்திலிருந்து பின்பக்கமாக இழுக்கும்போது ஏற்படும் ஓசை. நாக்கின் அசைவினால் திடீரென்று வாய் திறக்கப்பட்டு காற்று உள்ளே நுழையும்போது மற்ற ஒலிகளிலிருந்து வேறுபடும் இந்த வித்தியாசமான ஒலி பிறக்கிறது.

நாக்கின் இந்தச் செயலினால் பிறக்கும் சொடுக்கொலிகள் கொய்ஸன் குடும்பத்தைச் சேர்ந்த எல்லா மொழிகளிலும் வார்த்தைகளின் அர்த்தத்தில் வித்தியாசத்தை ஏற்படுத்துகின்றன. ஆங்கிலத்தில் /p/, /t/, /m/ என்னும் ஒலிகள் pan, tan, man என்ற வார்த்தைகளில் எப்படி அர்த்தத்தை வித்தியாசப்படுத்து கின்றனவோ அதே மாதிரி சொடுக்கொலிகள் மூலம் கொய்ஸன் குடும்ப மொழிகள் அர்த்தம் உண்டாக்குகின்றன. வாயில் நாக்கால் தொட்டு (point of articulation) எங்கெல்லாம் வெவ்வேறு ஒலிகளைப் பிறப்பிக்கலாமோ அங்கெல்லாம் சொடுக்கொலிகளை உண்டாக்கலாம். அதோடு தொண்டை யிலோ, மூக்கு துவாரத்திலோ (nasal cavity) பிறக்கும் மற்ற ஒலிகளோடு சொடுக்கொலி சேர்ந்து பல வித ஒலியை எழுப்பும் சாத்தியக் கூறுகளை உண்டாக்கலாம். இஃகு (!Xu) மொழியில் சொடுக்கில்லாத 47 மெய்யெழுத்துக் களோடு, அவற்றோடு சேர்ந்து ஒலிக்கும் 48 சொடுக்கொலிகளும் இருக்கின்றன. ஆங்கிலம் *tsk, tsk*இலிருந்து *(தமிழ் ச்ச், ச்சி-இலிருந்து)* இந்த நிலைக்கு வெகு தூரத்தில் இருக்கிறது; ஆனால் கொய்ஸன் மொழி இன்னும் அதிக தூரத்தில் இருக்கிறது.

4. சொடுக்கொலி க்ளிங்கான் மொழியில் இல்லை!

பாரமவுண்ட் பிக்சர்ஸின் *ஸ்டார் ட்ரெக்* என்னும் படத்தில் வேறு கிரகத்திலிருந்து வந்தவர்களுக்குக் கடினமான, பின்னண்ண *(தொண்டையில் ஒலிக்கின்ற)* உரசொலி (Guttural) தேவைப்பட்டது. வாஷிங்டனிலுள்ள மொழியியலாளர் மார்க் ஓக்ரண்ட் அதை அவர்களுக்குக் கிடைக்கச் செய்தார். இவர் பணிபுரியும் க்ளிங்கான் லாங்வேஜ் இன்ஸ்டிட்யூட் அந்த மொழியையும் அதன் பண்பாட்டையும் ஆராய்வதற்கு உதவுதே தன்னுடைய முக்கிய குறிக்கோள் என்று கூறிக் கொண்டாலும், க்ளிங்கான் மொழியின் பண்பாடு சடங்குகளிலேயே அதிகமாகக் காணப்படுகிறது. க்ளிங்கான் எழுத்து மொழியும் உண்டு (ஷேக்ஸ்பியரின் *ஹேம்லெட்* நாடகத்தின் மொழிபெயர்ப்பு இந்த மொழியில் உள்ளது!). அதை எழுதுவதற்கு ஆங்கில எழுத்துக்களைப் பயன்படுத்துகிறார்கள். ஆனால் ஆங்கில வழக்கப்படி அல்லாமல் சொல்லின் இடையே எழுத்து ஆங்கில உச்சரிப்பிலிருந்து மாறுபட்டது என்பதைக் குறிக்க பெரிய (capital) எழுத்தில் எழுதுவார்கள். இந்த மொழியைப் படிப்பவர்களுக்கான தொடக்கநிலை கையேட்டில் க்ளிங்கானில் உள்ள /q/வையும் /Q/வையும் குழப்பிக்கொள்வது ஆங்கிலத்தில் /f/ஐயும் /g/ஐயும் குழப்பிக் கொள்வதைவிட ஆபத்தானது என்று எச்சரிக்கிறார்கள்.

க்ளிங்கானின் /gh/ என்ற எழுத்து ஆங்கிலச் சொற்களான *rough, through* ஆகியவற்றில் உள்ள /gh/வைப் போல உச்சரிக்கப்படுவதில்லை. அது பிரெஞ்சு மொழியிலுள்ள, வாய் கொப்பளிக்கும்போது வரும் /r/ என்ற

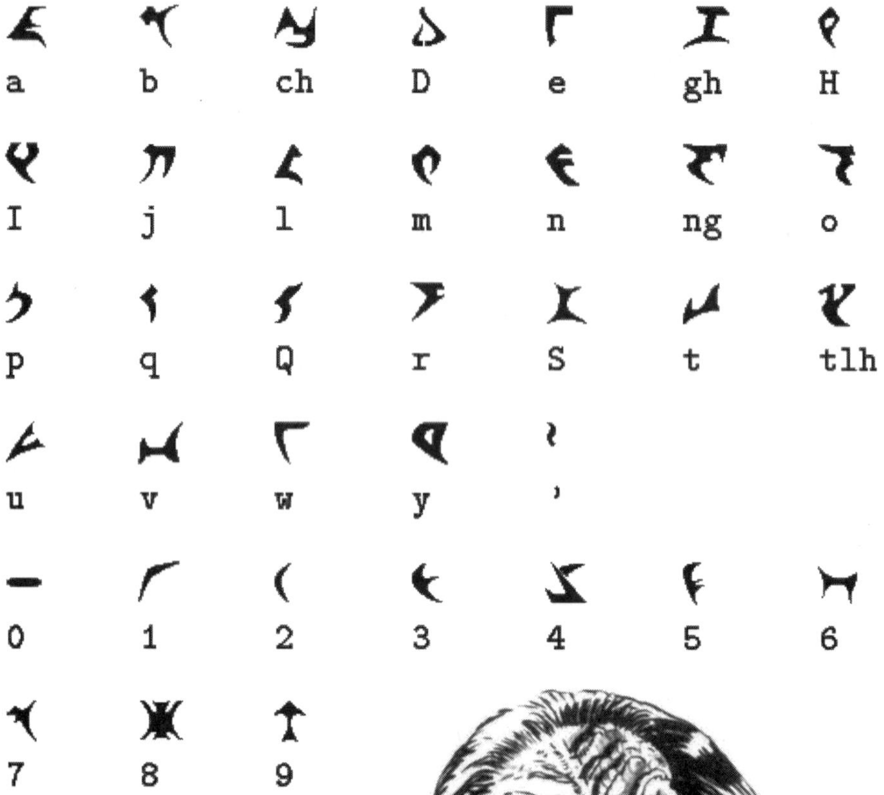

a	b	ch	D	e	gh	H	
I	j	l	m	n	ng	o	
p	q	Q	r	S	t	tlh	
u	v	w	y	'			
0	1	2	3	4	5	6	
7	8	9					

ஒலியைப் போல் உச்சரிக்கப் படுவது. சொடுக்கொலி இல்லாவிட்டாலும், க்ளிங்கானை உச்சரிப்பது இங்கு மொழியை உச்சரிப்பதைவிட ஒன்றும் எளிதானதல்ல. உதாரணமாக, க்ளிங்கான் மொழியில் /q/வை நாக்கை முடிந்த அளவு வாயின் பின்புறத்துக்குக் கொண்டு போய், உள்நாக்கைத் தொட்டுக்கொண்டு உச்சரிக்க வேண்டும். /q/உம் /Q/உம்

KLINGON FUN!

ஒலிப்பில் தொடர்புடையவையே. வித்தியாசம் என்னவென்றால், /q/வின் ஒலி தொண்டை அடைக்கும்போது வரும் ஒலிபோல் இருக்கும்; இரண்டாவது /Q/வின் ஒலி உண்மையிலேயே உங்கள் தொண்டை அடைக்கும்போது வரும் ஒலி போல் இருக்கும். இது உங்களை அச்சுறுத்தாமலோ தன்னம்பிக்கை இழக்கச் செய்யாததாகவோ இருந்தால், க்ளிங்கான் மொழியைப் பேசிக் களிக்கும் கூட்டத்தினரோடு நீங்களும் சேர்ந்து மகிழலாம்; அல்லது நீங்கள்

இப்போது பெற்றுக்கொண்டிருக்கும் மொழியியல் திறன்களைக்கொண்டு அந்த மொழியை ஆராயலாம்!

5. வேற்றுமை உருபுகள்

ஒரு வாக்கியத்தில் வார்த்தைகளுக்கு இடையே உள்ள தொடர்புகளைக் காட்டுவது வேற்றுமை உருபு. ஆங்கிலத்தில் இம்மாதிரியான தொடர்புகளைக் காட்ட, முன்னிடைச் சொற்கள் (Prepositions) என்று சொல்லப்படும் of, by, with, in, from போன்ற இலக்கணச் சொற்கள் பயன்படுத்தப்படுகின்றன. ஒட்டுநிலை மொழிகளில் (உட்பிணைப்பு மொழிகள் என்றும் அழைப்பர்) இம்மாதிரியான தனிச்சொற்கள் வேற்றுமையைக் காட்ட வருவதற்குப் பதிலாக வார்த்தையின் அடிப்படை வடிவமே மாற்றியமைக்கப்படுகிறது. பாஸ்க் (Basque) மொழியிலிருந்து இதற்குச் சில உதாரணங்கள்:

etxearen - of the house *(வீட்டின்)*
etxeaz - by means of the house *(வீட்டின் மூலம்)*
etxearekin - with the house *(வீட்டுடன்)*
etxean - in the house *(வீட்டில்)*
etxetik - from/out of the house *(வீட்டிலிருந்து வீட்டுக்கு வெளியே)*

[தமிழில் தனித்து நிற்காத வேற்றுமை உருபுகளும் *(வீட்டை, வீட்டிற்கு, வீட்டில், வீட்டோடு* – தனித்து நிற்கும் பின்னிடைச் சொற்களும் (Post-positions) – *வீட்டின் மேல், வீட்டின் முன்னால், வீட்டுடன்* – பெயரோடு வந்து பெயர்கள் வினையோடு கொள்ளும் உறவைக் காட்டும்].

6

தொடர்பில் உள்ள மொழிகள்

நாங்கள் இங்கே டொக் பிசின் (Tok Pisin) *பேசுகிறோம்.*
அவர்கள் அங்கே டொலக்கி (Tolaki) *பேசுகிறார்கள்.*

இது கேலி இல்லை. *டொக் பிசின்* என்பது ஒரு மொழியின் பெயர். இது *talk pidgin* என்ற சொல்லிலிருந்து வருகிறது. (இரண்டு மொழி பேசுபவர்கள் ஒருவரொடு ஒருவர் தொடர்புகொள்ளும்போது கருத்துப் பரிமாற்றத்திற்காக இருவர் மொழியிலிருந்தும் சில வார்த்தைகளையும் மிக எளிய இலக்கண விதிகளையும் சேர்த்து ஒரு மொழியை உருவாக்கிக் கொள்கிறார்கள். இவ்வாறு உருவாக்கப்பட்ட மொழியின் பெயர் *பிட்ஜின்* (pidgin)). ஆங்கிலத்தை அடிப்படையாகக் கொண்ட *டொக் பிசின்* பத்தொன்பதாம் நூற்றாண்டின் இறுதியிலிருந்து பயன்பாட்டில் இருந்து வருகிறது. *பாபுவா* நியுகினியில் இருபது லட்சம் மக்களால் இது இரண்டாவது மொழியாகப் பேசப்படுகிறது. அதனுடைய பழைய பெயர் *மெலனேசியன் பிட்ஜின் இங்கிலிஷ்*. டொக் பிசினிலிருந்து இதோ சில மாதிரிகள்:

Tok-Pisin.com

ஒரு சொல்லில் ஆரம்பிப்போம்:

Yumitupela

இது *you* (*நீ*) + *I* (*நான்*) + *two* (*இருவர்*) + *people* (*ஆட்கள்*) ஆகிய நான்கு ஆங்கிலச் சொற்களின் சுருக்க வடிவங்களைக் கொண்டது. இது *we* (*தமிழில் நாம்*) என்னும் பிரதிப்பெயர் (pronoun) பேசுபவரையும் அவர் யாரோடு பேசுகிறாரோ அவரையும் சேர்த்துக் குறிப்பிடுகிறது.

இப்போது முழு வாக்கியங்கள்:

Bandarap em I kukim (Bandarap cooked it)

Meri hilans i karamapim het wantaim bilas
(Women from the highlands cover their heads with decorations).

டொக் பிசினில் அன்றாடச் செய்திகளை ஆஸ்திரேலியா ரேடியோவின் இணையதளத்தில் கேட்கலாம்.

TOK PISIN

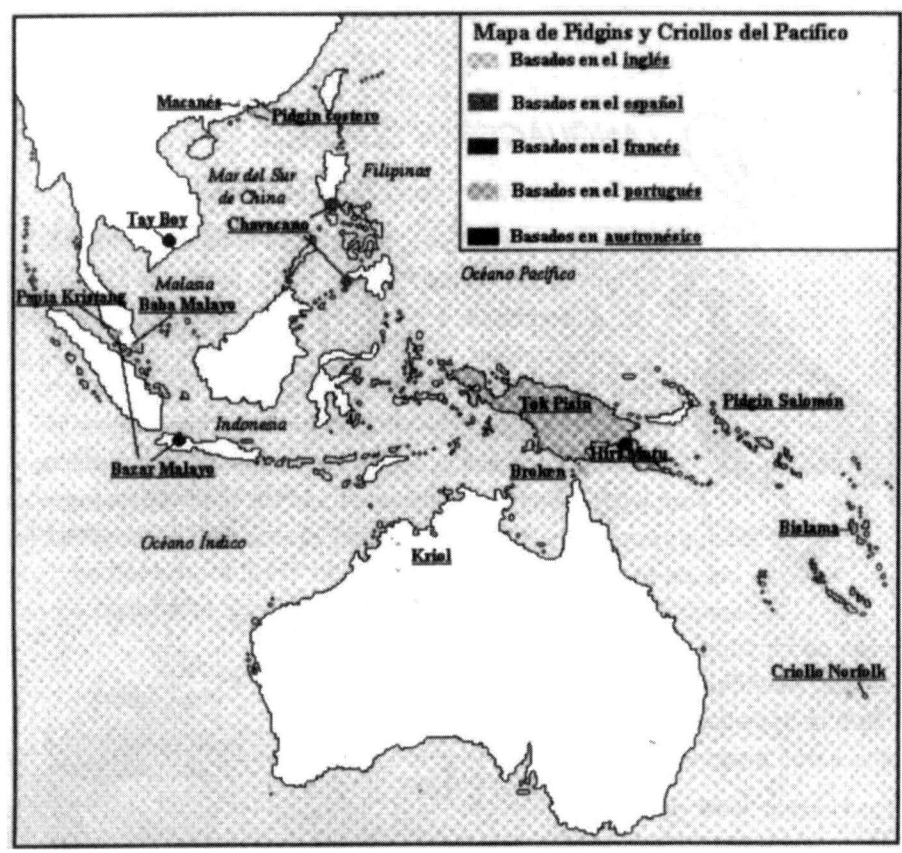

டொலக்கி ஓர் ஆஸ்ட்ரோனேசியன் மொழி. இது தென்கிழக்கு சுலாவெசி யில் (Sulawesi) வசிக்கும் 125,000 மக்களின் தாய் மொழி.

பூமி என்னும் விண்வெளி விசையூர்தியில் சில மொழிகளின் தனித்துவம் மிக்க பெயர்களைப் பற்றி அறிந்துகொள்ள இதோ ஒரு முயற்சி:

Gutnius
Jon i raitim

1 ¹ Bipo bipo tru, taim olgeta samting i no kamap yet, Tok i stap. Tok i stap wantaim God na Tok em yet i God. ² Bipo bipo tru Tok i stap wantaim God. ³ Long dispela Tok tasol God i mekim kamap olgeta samting. Na i no gat wanpela samting i kamap long narapela rot. Nogat. Olgeta samting i kamap, em Tok yet i mekim kamap. ⁴ Laip i stap long em, na dispela laip em i lait bilong ol manmeri. ⁵ Dispela lait i save lait i stap long tudak, na tudak i no bin daunim em.

⁶ Wanpela man i kamap, nem bilong en Jon. God i bin salim em i kam. ⁷ Em i kam bilong autim tok. Em i autim tok bilong dispela lait, bai olgeta manmeri i ken harim tok bilong em, na ol i ken bilip. ⁸ Em yet em i no dispela lait. Nogat. Em i kam bilong autim tok tasol bilong dispela lait. ⁹ Dispela lait em i lait tru na i save givim lait long olgeta manmeri, em i laik i kam long graun.

போபோ ஃபிங் (Bobo Fing) - பர்கினா ஃபாசோவிலும் (Burkina Faso) மாலியிலும் (Mali) பேசப்படும் ஒரு நைகர்-கோங்கோ (Niger-Congo) மொழி.

லு (Lu) - இது மேலும் 3 பெயர்களைக் கொண்டு அறியப்படுகிறது. வடக்கு தைலானின் (Thailan) தை யுவான் (Tai Yuan) மொழியின் கிளை மொழிதான் லு. இது யுன்னானில் (Yunnan) பேசப்படும் சுரமொழி.

ஸாஸா (Zaza) - இது ஈரானிலும் துருக்கியிலும் இருபது லட்சம் மக்களால் பேசப்படும் மொழி; குர்திஷ் என்னும் மொழியிலிருந்து மிகவும் வேறுபட்டது.

பிஷ்ணுப்பிரியா மணிப்பூரு (Bishnupriya Manipuru) இதனுடைய இன்னொரு பெயரான மயாங்கை ஞாபகத்தில் வைத்துக்கொள்வது எளிது. இது வங்காள மொழியின் கிளை மொழி எனலாம். (வங்காளமொழி இந்தோ-ஆரியன் மொழிக் குடும்பத்தைச் சேர்ந்தது; பங்களாதேஷிலும் இந்தியாவிலும் பதினெட்டுக் கோடி மக்களால் பேசப்படுகிறது.) மயாங் பங்களாதேஷின் மூன்று வட்டாரங்களில் பேசப்படுகிறது.

ஃபாக்ஸ் (Fox) – இது வட அமெரிக்காவில் உள்ள ஆதிவாசிகளால் பேசப்படும் மொழி; மிகப்பெரிய அல்கோங்க்கியன் (Algonquian) மொழிக் குடும்பத்தைச் சேர்ந்தது.

கிக்கப்பூ (Kickapoo) – இது வட அமெரிக்காவில் உள்ள ஆதிவாசிகளால் பேசப்படும் மொழி; மிகப்பெரிய அல்கோங்க்கியன் குடும்பத்தைச் சேர்ந்தது.

ஹைப்பர்போரியன் (Hyperborean) – இந்தச் சொல் கிரேக்க இதிகாசத்தில் 'வட காற்றிற்கு அப்பால்' (ஹைப்பர்போரியன் என்பதன் நேர் மொழி பெயர்ப்பே இது) வாழ்ந்த புராணகால மக்களைக் குறிக்கிறது. மொழியியலில் இதனுடைய பழைய பெயர் பேலியோசைபிரியன் (Palaeosiberian – இதன் பொருள் 'பழைய சைபீரியன்' என்பதாகும்). இது சைபீரியாவில் பேசப்படும் சிறுபான்மையினர் மொழி; எந்த மொழிக் குடும்பத்துடனும் தொடர்பில்லாதது.

முஸ்டாங்கின் லோக்கா (Loka of Mustang) – இது ககாடே (Kagate) என்றும் அழைக்கப்படும். இது திபெத்திய மொழியின் கிளைமொழி. ஷெர்பா என்னும் இனத்தவராலும் நேப்பாளத்தில் வசிக்கும் அவர்களின் வம்சாவளியினராலும் பேசப்படுகிறது.

ரோம்ப்லொமெனோன் (Romblomanon) – சிபுயன் (Sibuyan), ரோம்பிலோன் (Romblon) என்னும் தீவுகளில் உள்ள இரண்டு லட்சம் மக்களால் பேசப்படும் இது, ஆஸ்ட்ரோனேசியன் (Astronesian) மொழிக் குடும்பத்தைச் சேர்ந்தது.

ஸ்ரெ (Sre) – இது ஓர் ஆஸ்ட்ரோ-ஏஷியாடிக் (Austroasiatic) மொழி.

இதோ இங்கே மேலும் சில மொழிகளின் பெயர்கள் தரப்படுகின்றன. இவை மேலே உள்ள பெயர்களை ஒத்திருக்கின்றன. ஆனால் ஒன்று கற்பனையான பெயர். அது எது என்று ஊகிக்க முடியுமா?

Bobo Wule, Li, Hre, Roratongan, Zezuru, Kimbundu, Coeur d'Alène, Lokko, Iron, Huihui, Binkoka, Yi.

இந்தப் பெயர்களில் மிகவும் வித்தியாசமாக இருப்பது கூர் டி அலோன் (Coeur d'Ale'ne) என்று ஊகித்தீர்களா? (இதற்கு பிரெஞ்சு மொழியில் 'அலினேயின் இருதயம்' என்று பொருள்). ஆனால் இது ஒரு மொழியின் பெயர். இது வட அமெரிக்காவிலுள்ள பழங்குடி மக்களின் ஸாலிஷ் என்னும்

மொழிக் குடும்பத்தைச் சேர்ந்தது (இது அமெரிக்க மாநிலங்களுள் ஒன்றான ஐடஹோ (Idaho) என்னும் மாநிலத்திலுள்ள ஊரின் பெயருமாகும்). மேலே உள்ள பட்டியலில் பிங்க்கொகா (Binkoka) என்பதைத் தவிர மற்ற எல்லாம் மொழிகளின் உண்மையான பெயர்களே. இது ஆஸ்ட்ரோனேசியன் குடும்பத்தைச் சேர்ந்த பிங்க்கோகக் (Bingkokak) என்னும் மொழியின் பெயரோடு ஒத்திருக்கிறது, அல்லவா?

கலப்பு மொழிகள் (கிரியோல்ஸ்)

பிட்ஜின் மொழியிலிருந்து பிறக்கும் மொழி *கிரியோல்* (மேலே கூறிய டொக் பிஸின் மொழியும் ஒரு *கிரியோல்*). சில நேர்வுகளில் பல மொழிகள் பேசப் படும் சமூகத்தில், ஒரு பிட்ஜின் அவ்வளவு நன்றாக நிறுவிக்கொள்வதால் தங்களுக்குள் தொடர்புகொள்ள மொழியைப் பேசும் ஒரு தலைமுறையே அந்தப் பிட்ஜினை மட்டும் பயன்படுத்தி வளர்கிறது. இவ்வாறு நிகழும்போது அந்த பிட்ஜின் மொழியிலுள்ள சொற்கள் விரிவடைந்து, ஓர் இலக்கண ஒழுங்கு முறையையும் வளர்த்துக்கொண்டு, முன்னாள் பயன்படுத்திய பிட்ஜினுக்கு ஒரு முழுமையான மொழி அமைப்பு என்னும் தகுதிநிலைக்கு மேம்படுத்து கிறது. இவ்வகையான புதிய மொழி, அது தன்னிச்சையாக, இயல்பாக வளரும்போது அது ஒரு *கிரியோல்* என்று அழைக்கப்படுகிறது. ஒரு பிட்ஜின் ஒரு கிரியோலுக்கு உருநிலை மாற்றமடையும்போது அதை *கிரியோவாக்கம்* (creolization) என்கிறார்கள் (ஆங்கிலமும் ஆப்பிரிக்க மொழிகளும் கலந்து, குல்லா (Guella) கிரியோல் என்னும் கிரியோல் மொழி உருவானது. இது தென் கரோலினா, ஜார்ஜியா, வடகிழக்கு ஃப்ளோரிடா ஆகிய அமெரிக்க மாநிலங்களின் கடலோரப் பகுதி விளிம்புகளில் பேசப்படுகிறது).

தொடர்பு மொழி (லிங்க்வா ஃபிராங்கா)

ஒரு பகுதியில் பல மொழிகள் பேசப்படும்போது அப்பகுதியில் பெருமளவில் தொடர்புக்காகப் பேசப்படும் மொழி தொடர்பு மொழி அல்லது *லிங்க்வா*

ஃபிராங்கா என்று அழைக்கின்றனர். ஆதியில் *Lingua Franca* என்ற சொல் *ஃப்ராங்கியர் மொழி (Frankish language)* என்ற அர்த்தத்தில் வழங்கியது; இந்த ஃப்ராங்கியர்கள் ஜெர்மனியிலுள்ள ரைன் நதிக்கரையில் கிறிஸ்துவகாலத் தொடக்கத்தில் வாழ்ந்துவந்த பழங்குடியினர் (சாலியன் ஃப்ராங்கியர்கள் (Salian Franks) ஐந்தாவது நூற்றாண்டில் கால் (Gaul) என்ற பகுதியை வென்றபோது அதற்கு ஃப்ரான்ஸ் என்னும் இப்போதைய பெயரைக் கொடுத்தனர்). இத்தாலிய மொழியின் கிளைமொழிகளோடு பிரெஞ்சு, ஸ்பானிஷ், கிரீக், அரபு, துருக்கி ஆகிய மொழிகள் கலந்த ஒரு மொழி, வரலாற்றின் மத்திய காலத்தில், மத்தியதரைக் கடலின் கிழக்குப் பக்கத்தில், வணிகத்திற்காகப் பேசப்பட்டது. ஒரே இடத்தில் வசிக்கும் பல மொழிகள் பேசுபவர்கள் தங்களுக்குள் தொடர்பாடலுக்காகப் பயன்படுத்திய எந்த மொழியானாலும் அது *தொடர்பு மொழி* என்று அழைக்கப் படுகிறது. இதை விரிந்த பொருளில் சொன்னால், பிட்ஜின்களையும் (அல்லது) கிரியோல்களையும் தொடர்பு மொழி அல்லது *லிங்க்வா ஃபிராங்கா* என்னும் சொற்கள் குறிக்கிறது எனலாம். ஆனால். பெரும்பாலான மொழியியலாளர்கள் இதை ஏற்க மறுக்கிறார்கள்; ஏனெனில், நாம் இங்கே விவரித்த எல்லாவித மொழிசார் கூறுகளையும் இவை பிரதிபலிப்பதில்லை.

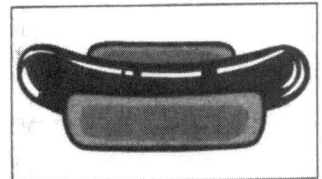

தற்போது பெரும்பாலான மொழியியலாளர்கள் ஒன்றை ஒப்புக்கொள்கின்றனர்: பல மொழிகள் பேசப்படும் குழுக்களின் மத்தியில், செல்வாக்குப் பெற்ற ஒரு குழுவினரின் தாய்மொழியை, அது நன்கு நிறுவப்பட்டதாலும் அதன் தொடர்பாடல் விளைவாலும், பிற மொழிகள் பேசுபவர்களும் தங்களுக்குள் கருத்துப் பரிமாறுவதற்கு அந்த மொழியைப் பயன்படுத்தினால் அம்மொழியைத் தொடர்பு மொழி/லிங்க்வா ஃபிராங்கா என்று கூறவேண்டும் என்பதே அது. கிழக்கு ஆப்பிரிக்காவில் ஸ்வாகிலியையும் (Swahili) மேற்கு ஆப்பிரிக்காவில் ஹௌஸாவையும் (Hausa) சிங்கப்பூரிலும் மற்ற சில நாடுகளிலும் பேசும் ஆங்கிலத்தையும் தொடர்பு மொழிக்கு உதாரணமாகக் குறிப்பிடலாம்.

உயிர்காக்கும் மிதவைகளாக மொழிகள்

இரண்டு மொழிபெயர்ப்பாளர்கள் ஒரு கப்பலில் உரையாடிக் கொண்டிருந்த போது திடீரென்று கப்பல் மூழ்கத் தொடங்குகிறது:

'உங்களால் நீந்த முடியுமா'? என்று கேட்டார் ஒருவர்.

'இல்லை. ஆனால் ஒன்பது மொழிகளில் 'உதவி, உதவி' என்று என்னால் கத்த முடியும்' என்றார் இன்னொருவர்.

7
மனிதன் தன் மொழியை எப்படிக் கற்றுக்கொள்கிறான்?

ஒவ்வொருவருக்குள்ளும் இருக்கும் மொழியியலாளர்

நாம் மொழியைக் கற்பதற்குரிய உள்ளார்ந்த ஆற்றலோடு பிறக்கிறோம் என்னும் கருத்தை சாம்ஸ்கியும் பிற மொழியியலாளர்களும் சமீப காலமாகக் கூறிவருகிறார்கள். இது உண்மையா என்னும் தீர்ப்பு கூறப்படவில்லையாயினும், குழந்தைகள் ஒரு மொழியின் சிக்கலான, புரிந்து கொள்ளக் கடினமான எல்லா விஷயங்களையும் வியக்கத் தகுந்த வேகத்தோடும் சிரமமில்லாமலும் கற்றுக்கொள்கின்றன என்பது எல்லோரும் அறிந்தது. இது மிகுந்த ஒழுங்கு முறையோடு எல்லோரிடமும் நடக்கிறது என்பதால் சாம்ஸ்கி சொல்வது சரி என்றே படுகிறது. ஒரு பதினெட்டு மாத மொழியியலாளரின் தொடரியல் பார்ப்பதற்கு எப்படி இருக்கும்?

ஒரு வாக்கியத்தில் சொற்களுக்கு இடையே உள்ள தொடர்பைக் காட்டச் சொற்களை எப்படி அமைக்க வேண்டும் என்பதற்குரிய விதிமுறைகள் இந்தச் சிறு குழந்தையிடம் இருக்கின்றன என்பதுதான் அடிப்படையான வாதம். இதே குழந்தைகள் வளர்ந்து பெரியவர்களாகி, இதே விதிமுறை களைக் கொண்டு, வினைச்சொல், செயப்படுபொருள், எழுவாய், பயனிலை போன்றவற்றை உள்ளடக்கிய இலக்கணத்தை உடைய மொழியை நன்றாகக் கையாளுகிறார்கள். முழுமையான தொடரியல் இலக்கணம் போல, இந்தக் குழந்தையின் பேச்சும் சில வார்த்தைகள் இணைவதை விலக்கிவிடுகிறது. இது 'தவறான இலக்கணம்' என்பதால் அல்ல (இந்த

வயதில் குழந்தைகளுக்கு இந்த மாதிரியான கருத்துகள் எப்படிப் புரியும்?). வளர்ந்தபின் பயன்படுத்தும் சீராகவும், அமைப்பு முறையோடும் கூடிய மொழியையும் - மொழி காட்டும் உலகையும் - உள்வாங்கிக் கொள்ளத் தேவையான இலக்கண விதிகள் குழந்தை பிறக்கும்போதே மூளையில் பதிந்திருக்கின்றன என்பதே இதன் பொருள்.

கைக்குழந்தை பேச ஆரம்பிக்கும்போது ஒற்றைச் சொற்களை முழு வாக்கியங்களாகப் பயன்படுத்து கிறது (*infant* என்னும் ஆங்கிலச் சொல், பேசாதவர்கள் என்ற அர்த்தத்தைக் கொடுக்கும் கிரேக்கத்திலிருந்து வந்தது). நமது மொழியியலாளர் முதலில் நடக்கத் தொடங்கி, அற்புதமான மொழி உலகத்திற்குள் நுழையும் போது, ‘டா-டா’, ‘அப்பா’ என்பவை அதற்குத் தெரிந்த வார்த்தைகளாக இருக்கலாம்; ஆனால், அந்தக் குழந்தை வார்த்தைகளை ஒன்றாகப் பயன்படுத்தாது.

குழந்தை ஏறக்குறைய பதினெட்டு மாதத்தில் 2-வார்த்தைகள் அடங்கிய தொடர்களைப் பேசும்போது, அதனுடைய முழுச் சொல்தொகுதியும் இரண்டு குழுவாகப் பிரிகிறது. பெரிய குழு, தனியாகப் பயன்படுத்தினாலும் அர்த்தம் கொடுக்கக்கூடிய வார்த்தைகள் கொண்டது (எ.கா: பால், சூடு, செருப்பு). இரண்டாவது, சிறிய குழுவில் உள்ள வார்த்தைகளை ஒருபோதும் தனியாகப் பயன்படுத்த முடியாது (எ.கா: என், பச்சை). இரண்டாவது குழு வார்த்தைகள் முதல் குழு வார்த்தைகளோடு இணைந்தே வருபவை. பதினெட்டு மாதக் குழந்தையின் ஆக்கமுறைத் தொடரியலில் (generative syntax) வாக்கியங்களுக்குரிய விதிகளைக் கீழே கொடுத்திருப்பது போல சுருக்கமாக விளக்கலாம்:

S என்ற எழுத்து வாக்கியத்தைக் குறிக்கிறது. I என்ற எழுத்து தனித்து வரும் வார்த்தைகளைக் குறிக்கிறது. R என்ற எழுத்து இணைந்தே வரும் வார்த்தைகளைக் குறிக்கிறது. கூட்டல்குறி (+) இணைப்பைக் குறிக்கிறது. மொழியியலாளரின் அம்புக்குறி (→) கணிதத்தில் பயன்படுத்தும் = என்னும் குறியின் செயல்பாட்டை ஒத்திருக்கிறது.

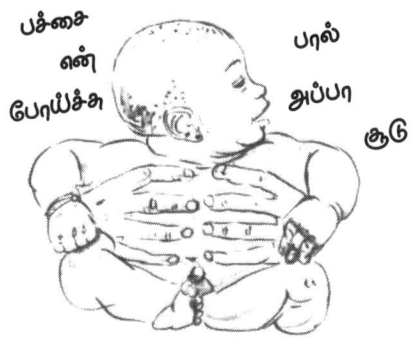

S → I

S → I+I

S → I+R

S → R+I

இந்த விதிகளில் கீழே உள்ள இரண்டு விதிகள் இல்லை.

S → R

S → R + R

இது ஒரு கோட்பாடு அல்ல. இந்த விதிகள், குழந்தைகள் என்ன பேசுகிறார்கள், என்ன பேசுவதில்லை என்பதைக் காட்டுகின்றன. குழந்தைகள் *பால் சூடு, பச்ச பந்து, அப்பா போச்சு, என் செருப்பு* என்று பேசும்; ஆனால், * *பச்சை என்*, அல்லது **என் பச்சை* அல்லது **என்* அல்லது *பச்சை* என்று ஒருபோதும் பேசாது.

அவர்களுடைய இரண்டாவது பிறந்த நாளுக்குள் பெரும்பாலான குழந்தைகள் 3-வார்த்தைகள் அடங்கிய வாக்கியங்களை உருவாக்கக் கற்றுக் கொள்கிறார்கள். இந்த வாக்கியங்களிலும் இணைப்புச் சொற்களைத் *தவிர்க்கும்* அமைப்பொழுங்கு (pattern) காணப்படுகிறது. ஆக்கமுறைத் தொடரியல் எளிய வாக்கியங்களைப் பயன்படுத்தும் நிலையிலேயேகூட மிகுந்த சக்தி வாய்ந்தது என்று சாம்ஸ்கி எடுத்துக்காட்டியிருக்கிறார். ஏனெனில் 3-வார்த்தைகளை எந்த வகையில் வேண்டுமானாலும் இணைத்துக் குழந்தைகள் பேசுவதில்லை. பெரியவர்கள் பயன்படுத்தும் மொழியில் உள்ள அதே சிக்கலான, கடினமான விதிகள்தான் சிறு குழந்தையின் பேச்சில்

காணப்படும் 3-வார்த்தைகள் வாக்கியங்களுக்கும் அடிப்படை விதியாக இருக்கின்றன. குழந்தைகள் சிறு வயதிலேயே சொற்களுக்கிடையே இருக்கும் தொடர்புகளைப் புரிந்துகொள்கிறார்கள். இந்த அறிவை அவர்கள் நன்றாகப் பெற்றபின், ஒரு வாக்கியத்திலிருந்து மற்றொரு வாக்கியத்தைப் பெறும் மாற்று விதிகளை (transformational rules) கற்றுத் தங்கள் மொழியில் உள்ள எல்லா வகையான வாக்கிய அமைப்புகளையும் உருவாக்கக் கற்றுக்கொள்கிறார்கள். சமூகம் ஒப்புக்கொள்ளும் மொழியில் உள்ள வித்தியாசங்களையும் கற்றுக் கொள்கிறார்கள்.

குழந்தைக்குத் தேவை... பால்?

கனடா நாட்டைச் சேர்ந்த ஆங்கிலம் பேசும் ஒரு தம்பதிக்கு குழந்தை இல்லை. அவர்கள் மெக்ஸிகோவிலிருந்து ஒரு தமிழ்க் குழந்தையைத் தத்தெடுக்க முடிவு செய்தனர். குழந்தை கிடைத்ததும் அவர்கள் தமிழ் வகுப்பில் சேர்ந்து தமிழ் மொழியைக் கற்றுக் கொள்ளத் தொடங்கினர். 'ஏன் நீங்கள் தமிழ் கற்கிறீர்கள்?' என்று கேட்டபோது அவர்கள் கூறிய பதில்: 'குழந்தை பேச ஆரம்பித்ததும் அதை நாங்களும் புரிந்துகொள்ள வேண்டும், அல்லவா?'

8

மொழியின் பிறப்பு, மொழிகளின் வளர்ச்சியும் இறப்பும்

முதலாம் வார்த்தை

மொழிகள் எப்படிப் பிறந்தன என்று அறிந்துகொள்ளும் ஆர்வம் மனிதர்களுக்கு இயற்கையாகவே இருக்கிறது. நாம் கேட்கலாம்: முதல்முதலில் பேசப்பட்ட சொல் எது? அது சுவாரஸ்யமான கேள்வியாக இருக்கலாம்; ஆனால் மொழியியலாளரைப் பொறுத்தவரை இது நல்ல கேள்வி அல்ல; ஏனெனில், இந்தக் கேள்வியில் உண்மையல்லாத ஊகம் ஒன்று தொக்கி நிற்கிறது. அப்படி ஒரு சொல் இருந்தால், அது ஒரு மொழி அமைப்புக்குச் சொந்தமானதாக இருந்திருக்க வேண்டும். முதல் முதலாக மனிதனின் வாயிலிருந்து வந்த பேச்சு ஒரு சொல்லாக இருந்திருக்க முடியாது. ஏனென்றால் அது சொந்தமாக இருப்பதற்கு எந்தவொரு அமைப்பும் அப்போது உருவாகியிருக்காது. எதைப் பற்றியும் யாரும் சொல்வதற்கு நீண்ட காலத்திற்கு முன்பே,

அதுவும் சொல் எது என்று மொழியைப் பற்றி யாரும் சொல்வதற்கு முன்பே, மொழி மெதுவாகப் பல நிலைகளில் வளரத் தொடங்கியது. அதனால் மொழியின் ஆரம்பம் பற்றிய நம் கேள்விகளுக்கான விடைகள் காலத்தின் ஓட்டத்தில் அடியோடு தொலைந்துவிட்டன. இருந்தாலும், அது எப்படி நடந்திருக்கலாம் என்பதற்குரிய ஊகங்கள் இல்லாமலில்லை. குறைந்தது ஐந்து கோட்பாடுகளாவது உருவாகி இருக்கின்றன. அவற்றைப் பரவலாக வழங்கப்படும் பெயரால் நாம் கீழே கொடுத்திருக்கிறோம்.

பௌ-வௌ கோட்பாடு

மனிதர்கள் தங்களுடைய இயற்கையான சுற்றுச்சூழலில் இருந்த, குறிப்பாக விலங்குகள் எழுப்பிய, குரல் ஓசை களைக் கேட்டு, போலச் (imitation)

செய்ததிலிருந்து உருவானது பேச்சுமொழி என்பது இந்தக் கோட்பாட்டின் அடிப்படை.

பூ-பூ கோட்பாடு

வலி, கோபம் மற்றும் பிற உடல்சார் பிரச்சினையின் எதிர்வினையாகத் தெரிவிக்க மனிதனின் இயல்புணர்ச்சி யாக உருவான ஒலிகளிலிருந்து தொடங்கியது மனிதனின் பேச்சு மொழி என்பது இந்தக் கோட்பாட்டின் மையக்கருத்து.

டிங்-டாங் கோட்பாடு

மொழியின் வேர்களை சுற்றுச் சூழலின் புறத் தூண்டுதலுக்கு ஏற்ப தன்னிச்சையான மனித எதிர்வினையில் காணவேண்டும். அது ஒலிகளின்

வடிவமெடுத்து அந்தச் சுற்றுச்சூழலின் பிரதிபலிப்பாகவோ ஒத்திசை வாகவோ இருக்கும் என்பது இந்தக் கோட்பாட்டின் கருத்து (இது நாய்க் கூண்டிலிருந்து பிரபஞ்சத்திற்கு/இயலுலகுக்கு பௌ-வௌ கோட்பாடு செய்யும் நகர்வாக இருக்கிறது).

யோ-ஹீவ்-ஹொ கோட்பாடு

பேச்சின் தோற்றத்தை இனம், உடலுழைப்பு சார்ந்தும் அறியலாம். கடும் உழைப்புக்கு சந்தத்தை உருவாக்கும் உறுமல்கள் தேவை (எ.கா: அப்படிப் போடு அய்லசா). இது முதலில் பண்ணிசையாகவும் அதன் உடன்விளைவின் நிகழ்வாக முழுநீள மொழியாகவும் வளர்ச்சி யடைந்தது என்கிறது இந்தக் கோட்பாடு.

லா-லா கோட்பாடு

இது மனித மொழியின் தொடக்கங்களை விளக்குவதற்கு காதலில் நாட்டமுடையவர்களின் பங்களிப்பாக இருக்கிறது: காதல், மனித உள்ளுயிரின் அடக்கி வைக்கமுடியாத மகிழ்ச்சி, கவிதைசார் உணர்வின் வெளிப்பாடு, வெளிவிடவேண்டிய இதயப் பாடலின் உயர்நிலை ஆகியவற்றோடு சேர்ந்திருக்கும் ஒலிகளிலிருந்து தோன்றியதுதான் மனித மொழி என்று கூறுகிறது இந்தக் கோட்பாடு.

மொழியில் மாற்றம்

காலப்போக்கில் மொழியில் மாற்றம் ஏற்படுவது தவிர்க்க முடியாதது. மொழிகள் எப்போதும் மாறிக்கொண்டே இருக்கின்றன. மொழியின் சொற்றொகுதிக்குப் புதிய சொற்கள் சேர்க்கப் படுகின்றன, பழைய சொற்கள் சில மறைந்து விடுகின்றன; சில சொற்களின் அர்த்தங்கள் மாறுபடுகின்றன. உச்சரிப்புகள், இலக்கண வடிவங்கள், வாக்கிய அமைப்புகள் ஆகிய யாவும் மாறுகின்றன. ஒரு மொழி புழக்கத்தில் இருக்கும் வரை அது மாற்றம் அடைவதைத் தவிர்க்க முடியாது.

மொழி ஏன் மாற்றமடைகிறது என்பதை விளக்குவது சிக்கலானது; பல்வேறு வகைப்பட்டது. புதிய கண்டுபிடிப்புகள், புதிய கருத்துகள், புதிய நடவடிக்கைகள் ஆகியவை புதிய சொற்களைச் சேர்க்கின்றன; சொற்கள் சூழ்நிலைக்கு ஏற்ப சமூக அங்கீகாரத்தைப் பெறலாம் அல்லது இழக்கலாம்; பெற்றால் அதிகமாகப் புழக்கத்திற்கு வரலாம்; இழந்தால் அரிதாகலாம்; அடிக்கடி பயன்படுத்தப்படும் இலக்கண அமைப்புகள் எளிமையாக்கப் படலாம்; பல மொழி பேசுபவர்களிடையே ஏற்படும் தொடர்பால் ஒரு மொழியின் வடிவங்களையும் வழக்காற்று மரபுகளையும் இன்னொரு மொழி வாங்கிக்கொள்ளலாம்.

மொழியின் இந்த முடிவற்ற மாற்றத்தின் விளைவாக, மொழியின் வளர்ச்சியில் அதற்கும் அதன் முந்தைய மொழிக்கும் வேறுபாடுகள் பெருகிக் கொண்டே போகலாம். இவ்விஷயத்தை மேலும் சிக்கலாக்குவதற்கு மொழி ஒரு பெரிய நிலப்பரப்பில் உள்ள மக்களால் பேசப்பட்டால் இடத்திற்குத் தகுந்தவாறு பல வகைகளில் அதில் மாறுதல் ஏற்படலாம். அதன் விளைவாக ஒரு மொழி நீண்டகால அளவில் பல்வேறு விதிதங்களில் உடையலாம்.

முதலில் அந்த வட்டார வேறுபாடுகளுக்குத் தகுந்தவாறு கிளைமொழிகள் உருவாகின்றன; இறுதியாக, அவற்றிற்கிடையே நிறைய வேறுபாடுகள் தோன்றிக் *கிளைமொழிகள் தனித்தனி மொழிகளாக உருப்பெறுகின்றன.* ஒரு மொழி இருந்த இடத்தில் அப்போது பல மொழிகள் தோன்றி ஒரு *மொழிக் குடும்பம்* உருவாகிறது.

9

புவிசார் மொழியியல்

இப்போது நாம் புவிசார் மொழியியல் பற்றிப் பார்க்கப் போகிறோம். அதாவது மொழிக்கும் இடத்துக்கும் உள்ள தொடர்புபற்றி (காலத்திற்கும் மொழிக்கும் உள்ள தொடர்புக்கு சசூர், வரலாற்று மொழியியல் என்று பெயர் கொடுத்தார். அது இந்த இயலில் மீண்டும் வரும்). இடத்தைப் பொறுத்து வரும் மொழி வேறுபாடுகளைச் சிந்திப்பது காலத்தால் வரும் மொழி வேறுபாடுகளைச் சிந்திப்பதைவிட எளிது என்றார் சசூர். ஆனால் இந்தக் கூற்று சரியா என்று நீங்களே முடிவு செய்துகொள்ளுங்கள். வரலாற்று மொழியியலைப் பற்றிய தம்முடைய தொடக்கப் பாடங்களில் அவர் சில மனப்போக்குகளை (tendencies) பற்றிப் பேசுகிறார்: மொழி ஒரு குறிப்பிட்ட இடத்திற்குரிய வழக்கம் என்று நினைப்பது ஒரு மனப்போக்கு; தன் மொழிதான் சிறந்தது என்று நினைப்பது இன்னொரு மனப்போக்கு; மொழிகளுக்கு இடையே வேறுபாடுகளை நிறுவிய பிறகு அவற்றின் ஒத்தத் தன்மைகளை நோக்குவது மற்றொரு மனப்போக்கு. விடை காண முடியாத ஒன்றைப் பற்றியும் சசூர் பேசுகிறார்: எல்லா மொழிகளும் ஒரே மொழியிலிருந்து வந்தனவா என்பதே அந்தக் கேள்வி. இதற்கு விடை காண முடியாத அளவிற்கு இன்றுள்ள மொழிகளில் மாற்றம் நடந்திருக்கிறது. ஆனாலும் இது மொழியியலாளரை மொழிகளை ஒப்பிடுவதிலிருந்து விலக்கி வைக்கவில்லை – அவை ஒன்றுக் கொன்று மிகவும் வேறுபட்டதாகவோ ஒற்றுமைகள் அதிகம் உள்ளவையாகவோ இருந்தாலும் சரியே.

வெவ்வேறு மொழிகள் ஒரே ஆட்சிநிலப் பகுதியில் வந்து சேரும்போது மூன்று விஷயங்கள் நிகழலாம்:

அவை ஒன்றாகக் கலக்கலாம். ஒரு கேக்கில் அல்லது ஒரு குழம்பில் பல பொருள்கள் ஒன்றாகக் கலந்திருப்பது போல. 1066இல் ஆங்கிலேயர்களை எதிர்த்துப் பிரெஞ்சுக்காரர்கள் பெற்ற நார்மன் வெற்றிக்குப் பிறகு ஆங்கிலத்திற்கு இதுதான் நிகழ்ந்தது; வெற்றிபெற்ற பிரெஞ்சு மொழியின் கூறுகளை ஆங்கிலம் ஈர்த்துக்கொண்டது.

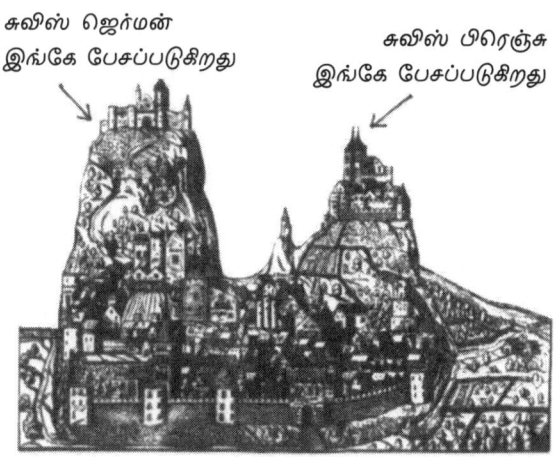

சுவிஸ் ஜெர்மன் இங்கே பேசப்படுகிறது

சுவிஸ் பிரெஞ்சு இங்கே பேசப்படுகிறது

அவை ஆட்சி நிலப் பகுதியின் அவரவருக்குரிய தனிப் பகுதியில் பயன்படுத்தப் படலாம். சசூர் பிறந்த நாடான சுவிட்சர்லாந்தில் ஜெர்மனும் பிரெஞ்சும் இருப்பதுபோல.

அவை ஒன்று கலக்காமல் உடனிருக்கலாம். பிரான்ஸிற்கும் ஸ்பெயினுக்கும் இடையில் உள்ள பைரினீஸ் மலைத்தொடரில் உள்ள பாஸ்க் பகுதியில் பிரெஞ்சு, ஸ்பானிஷ், பாஸ்க் ஆகிய மொழிகள் பேசப்படுகின்றன. ரோமப் பேரரசின் காலத்தில் மத்திய தரைக் கடலைச் சுற்றியுள்ள பகுதியில் மொழிகள் இவ்வாறாக உடனொத்து வாழ்ந்தன.

மொழிகள் உறவு உடையவையாக இருந்தால், அவை எவ்வாறு ஒன்றிலிருந்து மற்றது வித்தியாசப்படுகிறது என்பதைக் கூர்ந்து கவனித்து அவற்றை எது ஒன்றிணைக்கிறது என்பதைப் பின்னோக்கி தடம் காணலாம். இங்கே சசூரின் பெரும் ஆர்வம் மொழிகளுக்கிடையேயுள்ள வித்தியாசங்களுக்கான காரணத்தைக் கண்டுபிடிப்பதுதான். தொலைவு மட்டுமே வேறுபாடுகளை உருவாக்குவதில்லை என்று அவர் சுட்டிக் காட்டுகிறார். மேலும் காலம்தான் நிர்ணயம் செய்யும் காரணி என்றார் அவர். ஒரு மொழி பேசுபவர்களில் பாதிப்பேரை அவர்கள் இடத்திலிருந்து நகர்த்தி உலகின் இன்னொரு இடத்தில் குடியேற்றினால், முதலில் அவர்களுடைய பழைய இடத்தில் பேசியது போலவே பேசிக்கொண்டிருப்பார்கள். ஆனால் பத்தாண்டுகளும் நூற்றாண்டுகளும் கடந்த பிறகு அவர்களுடைய மொழி எத்தனையோ உறுதியான மாற்றங்களக் கண்டிருக்கும்; இந்தக் காலகட்டத்தில் அவர்களுடைய பூர்வீக இடத்தில் பேசப்பட்ட மொழியும் பல மாற்றங்களுக்கு ஆளாகியிருக்கும். இதனால், உறவுடைய மொழிகளின் ஒற்றுமையைக் காலத்தின் இடைவெளி மூலமே அறிய முடியும் எனலாம்.

ஒரே ஒரு மொழி மட்டுமே பேசப்படும், ஜனத்தொகை இடம் மாறாமல் இருக்கும் ஒரு நாட்டில் என்ன நிகழும்? இந்தக் கேள்விக்கு விடை காணப் புகுமுன் சசூர் மொழியியல் பற்றிய தம்முடைய அடிப்படை பாடங்கள் ஒன்றில் நமக்கு ஒரு கருத்தை நினைவூட்டுகிறார். குறி மாறக்கூடியது என்பதே

அது. மொழியில் மாற்றம் தவிர்க்க முடியாதது, அது தொடர்ந்து நடப்பது என்பதை மேலே பார்த்தோம். மேலும் ஒரே மொழி பேசப்படும் ஒரு ஆட்சி நிலப் பகுதியில் இந்த மாற்றங்கள் ஒரே மாதிரியாக இருக்க முடியாது. இது உண்மை என்று நமக்கு

எப்படித் தெரியும்? ஏனெனில் எந்த மொழியும் அது பேசப்படும் இடத்தில் எந்த மாற்றமும் இல்லாமல் இருந்ததற்கு ஒரு சான்றும் இல்லை. இதைக் கீழே உள்ள படம் காட்டுகிறது.

இப்படி இல்லை!

ஆனால் இப்படி:

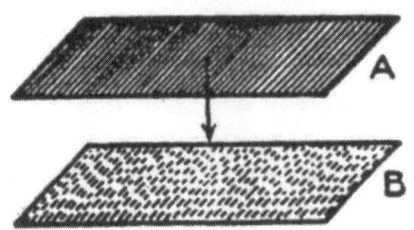

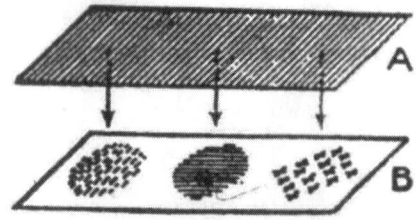

இது இன்னும் அதிகமான கேள்விகளைத்தான் எழுப்புகிறது. வெவ்வேறு கிளை மொழிகளை (உள்ளூர் பேச்சுகளை) உருவாக்கும் மொழி மாற்றங்கள்

எங்கு ஆரம்பிக்கின்றன? மாற்றங்களில் எந்த மாதிரி ஒழுங்குமுறை இருக்கிறது? இந்தக் கேள்விகளுக்கு விடை காண்பதற்கு நாம் இரண்டு அடிப்படை விஷயங்களை மனத்தில் கொள்ளவேண்டும்:

மொழி மாற்றம் குறிப்பிட்ட புதிய மாற்றங்களின் வடிவத்தை எடுக்கிறது. அது ஒன்றையொன்று பின்தொடர்கிறது. மேலும் இந்தப் புதிய மாற்றங்கள் ஒவ்வொன்றும் ஒரு வரையறுத்த, நன்கு எல்லை குறிக்கப்பட்ட பகுதியை உள்ளடக்குகிறது. அந்தப் பகுதி ஒரே மொழி பேசப்படும் ஒரே ஆட்சி நிலப் பகுதியாக இருந்தால் எந்தக் கிளைமொழி வேறுபாடுகளும் உருவாகாது; அந்தப் பகுதி புதிய மாற்றங்களால் உள்ளடக்கப்பட்டு ஆட்சிநிலப் பகுதி யின் ஒரு பகுதியாக மட்டுமே இருந்தால் கிளைமொழி வேறுபாடுகள் மேலெழும்பத் தொடங்கும்.

உதாரணமாக, /a/இலிருந்து /e/ ஆக மாறும் உச்சரிப்பு மாற்றம் ஒரே ஆட்சிநிலப் பகுதி முழுவதும் ஏற்படலாம்; அதைப் போலவே /s/இலிருந்து /z/ஆக மாறும் உச்சரிப்பு மாற்றம் அதே ஆட்சிநிலப் பகுதியின் வெவ்வேறு பகுதிகளில் ஏற்படலாம். கிளைமொழி மாற்றங்கள் பரவும்போது எந்த திசையெடுத்து எப்படிப் பரவும் என்று குறி சொல்வதற்கு எந்த வழியும் இல்லை. ஆகவே கிளைமொழி வேறுபாடுகள் அனைத்தையும் ஒன்றாகச் சேர்த்து ஒரு வரைபடத்தில் காட்டினால் அது மிகவும் சிக்கலான வடிவங்களைக் காட்டும்.

கால மாற்றத்தில் இத்தகைய வேறுபாடுகளைக் கண்டறிதல் என்ன விளைவை ஏற்படுத்தும்? ஒரு மொழி ஒரு பெரும் நிலப் பகுதி முழுவதும் பேசப்படலாம்; ஆனால் சில நூற்றாண்டுகளைக் கடக்கும்போது அம்மொழி எல்லா இடங்களிலும் உள்ளூர் மாற்றங்களுக்கு ஆளாகின்றது; அப்போது அந்தப் பகுதியில் தொலைவில் இருக்கும் மக்களால் தொலைவிடத்தில் உள்ள மாறுதல்களைப் புரிந்துகொள்ள முடியாது; அதேசமயம் அண்டைப் பகுதியில் இருப்பவர்களால் புரிந்துகொள்ள முடியும். இந்தப் பெரும் நிலப் பரப்பில் ஒரு பகுதியிலிருந்து ஒவ்வொரு பகுதியாகக் கடைசிப் பகுதிக்கு நீங்கள்

நாயின் தொடரியல்

தந்தி அனுப்பும் வெஸ்டெர்ன் யூனியன் அலுவலகத்திற்குள் ஒரு நாய் சென்று தந்தி படிவத்தில் இப்படி எழுதியது: 'லொள், லொள், லொள், லொள், லொள், லொள், லொள், லொள், லொள்'. படிவத்தைப் பார்த்த எழுத்தர் இதில் ஒன்பது சொற்கள்தான் இருக்கின்றன; அதே பணத்திற்கு இன்னொரு 'லொள்' சேர்க்கலாம் என்று கூறினார். நாய் கோபத்துடன், 'அதில் எந்த அர்த்தமும் இருக்காது' என்று கூறியது!

பயணம் செய்தால், ஒவ்வொரு பகுதியிலும் கிளைமொழிகளுக்கிடையே நிறைய மாற்றங்கள் இல்லாமல் அவற்றைப் புரிந்துகொள்வதைக் காணலாம்; ஆனால் கடைசிப் பகுதிக்குப் போகும்போது மாற்றங்களின் மொத்தத் தொகுப்பு கூடிக்கொண்டே போய் அங்குள்ள கிளைமொழி புது மொழியாக உருவாகியிருக்கலாம்.

சசூர் பத்தொன்பதாம் நூற்றாண்டின் வரலாற்று மொழியியலிலிருந்து வேறுபட்டார். அவர் காலம்வரை கிளைமொழிகளை ஆராயும் அணுகு முறையிலிருந்தும் வேறுபட்டார். மொழியியல் ஆய்வில் கீழே உள்ள மொழியியல்சார் நிலப்படங்களில் பொதுவாகக் காட்டுவதுபோல கிளை மொழிகள் பேசப்படும் பகுதிகளை தெளிவாக வரையறுத்தும் அவை அருகருகே நன்கு அமைந்திருக்கும் என்னும் (தனித் தனியாகப் பிரித்துக் காட்டும்) கருத்தை அவர் ஒப்புக்கொள்ள மறுத்தார்.

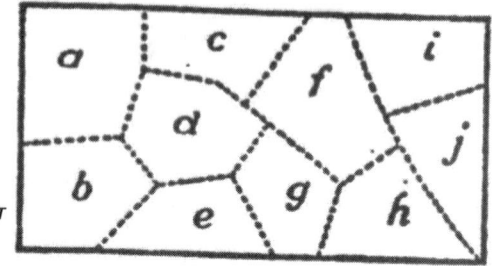

இயற்கையாக உருவாகும் கிளைமொழிகள் இந்த மாதிரி நேர்பாதையில் உருவாகுவதில்லை என்கிறார் சசூர். சொல்லப்போனால், இயற்கையான கிளைமொழிகள் என்ற கருத்தையே விட்டுவிட்டு, கிளைமொழிகளின் இயற்கையான மூலக்கூறுகள் என்றுதான் அழைக்க விரும்புகிறார். ஒரு மொழிக்கு எத்தனை பேச்சு இனங்கள் (speech communities) இருக்கின்றனவோ அத்தனை கிளைமொழிகள் இருக்கின்றன என்கிறார் (My fair lady என்ற பெர்னாட் ஷாவின் நாடகத்தில் புரொபஸர் ஹென்றி ஹிக்கின்ஸ் ஒருவர் பேசுவதைக் கேட்டு அவர் எந்தத் தெருவில் வசிக்கிறார் என்பதைத் தம்மால் கூற முடியும் என்று சொல்வதை நினைவுகூர்ந்தால், சசூர் என்ன சொல்ல முயலுகிறார் என்பது புரியும்).

செயற்கையான, சீரான கிளைமொழிகள் நிலப்படத்திற்கு மாற்றாக வேறென்ன இருக்கிறது? சசூர் இரண்டு வழிகள் இருப்பதாகக் கூறுகிறார்: ஒரு கிளைமொழியை அதனுடைய முக்கியக் கூறுகள் மூலம் வரையறுத்து, அவை எப்படிப் பரவுகின்றன என்று நிலப்படத்தில் காட்டலாம். இது ஒன்றும் சிறந்த யோசனை அல்ல; ஏனெனில், அந்த நிலப்படம் ஒரு முக்கியக் கூற்றைத் தனித்துக் காட்டுமேயொழிய ஒட்டுமொத்தமாக அந்தக் கிளைமொழி எப்படிப் பேசப்படுகிறது என்பதைக் காட்டாது. ஒரு கிளைமொழியைப் பேசும் ஒரு இனத்தைத் தேர்ந்தெடுத்து, அதனுடைய எல்லா முக்கியக் கூறுகளையும் கொண்டு அதை வரையறுக்கலாம் என்பது இதைவிட நல்ல யோசனைதான். இரண்டாவது இடத்தில் இன்னொரு பேச்சு இனத்தைத் தேர்ந்தெடுக்கும் போது என்ன நிகழும்? சீரான தனிக்கோடுகள் அவற்றை நேராகப் பிரிப்பதற்குப் பதிலாக, பல கோடுகள் மேலும் கீழும் போய் அவற்றைப் பிரிக்கும் – ஒவ்வொன்றும் அதனுடைய கிளைமொழிகளின் தனிப்பட்ட கூறைக் காட்டுகிறது. இறுதியில் கிடைக்கும் நிலப்படம் இப்படி இருக்கலாம்:

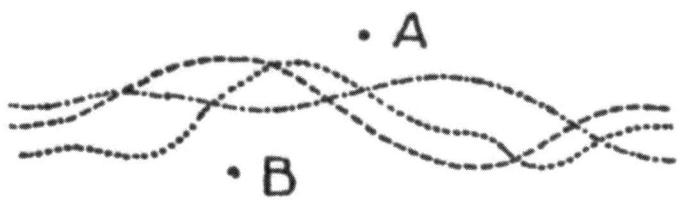

இப்போது இதைப் பார்ப்பதற்கு ஒரு நிலப்படம் போல் தோன்றவில்லை என்று நீங்கள் யோசித்தால், இது கிளைமொழிப் புவியியல் பாடம் என்பதை நினைவில் கொள்ளுங்கள்.

அத்துடன் இந்த நிலப்படத்தில் இரண்டு கிளைமொழிப் பேச்சு இனங்கள் மட்டுமே காட்டப்பட்டிருக்கின்றன. இன்னும் ஒரு முழுமையான நிலப் படத்தை உருவாக்குவதற்கு பிற பேச்சு இனங்களைச் சேர்க்கும் போது அவை ஒவ்வொன்றும் அதன் எல்லைகளைக் கொண்டு பிரிக்கப்பட்டிருக்கும். அது காண்பதற்கு ஏறக்குறைய இந்தப் படத்தில் உள்ளது போல இருக்கும்:

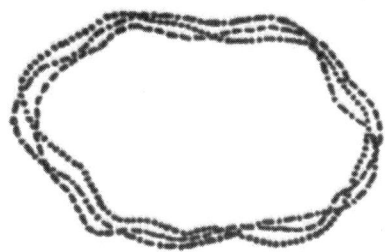

ஒரு முழுமையான, நிறைவான கிளைமொழி நிலப்படம் பல பிரிவுகளை உடையதாக இருக்கும். சசூர் இந்தக் கிளைமொழிகளை அவற்றின் முக்கியக் கூறுகளின் மூலம் வரையறுக்கும் கோடுகளைப் *புதுமைகளை உண்டாக்கும் அலைகள் (innovating waves)* என்கிறார். ஏனெனில், முக்கியக் கூறுகள் மேலும் கீழும் போய் அலைகளைப் போன்று தோற்றமளிக்கின்றன. இது கிளைமொழி களுக்கு அடிப்படையாக உள்ள மொழியின் வடிவில் மாற்றங்கள் எங்கு நிகழ்கின்றன என்பதைக் காட்டுகிறது. இந்த அலைகள் தற்செயலாக ஒன்றையொன்று ஒத்திருக்கலாம்; ஒன்றின் மேல் ஒன்றாக இருக்கலாம். (Aஉம் Bஉம் மட்டும் இருக்கும் நிலப்படத்தில் இதைத் தெளிவாகப் பார்க்கலாம்.) இந்த மாதிரியான எல்லை மயக்கத்தோடு ஒரு கிளைமொழி வரையறுக்கப்படுகிறது என்கிறார் சசூர்.

கிளைமொழிகள் இப்படி எல்லை மயக்கத்தை வைத்து வரையறுக்கப் பட்டால், மொழிகளை வரையறுப்பது எப்படி? ஒரு கிளைமொழியை மொழியிலிருந்து எது பிரித்துக் காட்டுகிறது என்பதைச் சரியாகச் சொல்வது கடினமானது என்பதை சசூர் ஒப்புக்கொள்கிறார். சில சமயங்களில் ஒரு கிளைமொழியில் நிறைய இலக்கிய நூல்கள் எழுதப்பட்டால் அது மொழி என்னும் அந்தஸ்தை அடைந்துவிடுகிறது. போர்ச்சுகீஸ், டச்சு மொழிகளில் இப்படித்தான் நடந்தது. பேசுவதைப் புரிந்துகொள்ளுதல் எது கிளைமொழி,

...மொழிகளை எப்படி வரையறுப்பது?

எது மொழி என்று சொல்வதற்கு ஒரு முக்கியமான காரணியாக இருக்கிறது: ஒருவர் பேசுவது இன்னொருவருக்குப் புரிய வில்லை என்றால் அவர்கள் பேசுவது வெவ்வேறு மொழிகள் என்று எல்லோரும் ஒப்புக்கொள்வார்கள். ஒருவர் பேசுவதை இன்னொருவர் புரிந்து கொள்ளும்போது, இருவருடைய பேச்சிலும் சில வித்தியாசங்கள் மட்டுமே இருந்தால் அவை இரண்டும் தொடர்புடைய கிளை மொழிகள். ஆனால் புதுமைகளை உண்டாக்கும் அலைகள் கிளைமொழி களை வரையறுப்பது போலவே மொழிகளையும் வரையறுக்கின்றன. மொழிகளைப் பொறுத்தவரை, இந்த அலைகள் கிளைமொழிகளின் ஆட்சிநிலப் பகுதியைவிடப் பெரிய பகுதியில் வீசும், அவ்வளவே. மொழிகளுக்கு இடையே உள்ள சீரான, பிரிக்கும் கோடுகள், கிளைமொழிகளுக்கு இருப்பது போலவே, ஒரு மொழி பேசும் பகுதி முடிந்து மற்றொரு மொழி பேசும் பகுதியாக மாறும் பகுதியில் தெளிவற்றதாகி விடுகின்றன.

ஆனால்! இடைப்பட்ட கிளைமொழிகள் வழக்கிலிருந்து மறையும்போது ஒரு மொழியை உருவாக்கும் கிளைமொழிகளின் கூட்டங்கள் (அல்லது குழுக்கள்) தொடர்ந்து ஒன்றொடொன்று இணைவது **இல்லை**. பதிலாக, அவை (கிளைமொழிகள்) ஒன்றோடொன்று மோதுகின்றன. ஜெர்மன், ஸ்லாவிக் உள்பட வேறுபல மொழிகளிலும் இதுதான் நடந்தது. இன்றைய இலக்கிய பிரெஞ்சுக்கு தேசியத் தரமாக எது இருக்கிறதோ அது அன்று இலே தெ ஃப்ரான்ஸ் (Ile de France - இது பாரீஸ் மற்றும் அதைச் சுற்றியுள்ள இடங்கள் உட்பட்ட வட மத்திய பிரான்ஸின் முன்னாள் மாகாணமாக இருந்தது) என்னும் பகுதிக்குரிய கிளைமொழியாக மட்டுமே இருந்தது. இந்த மொழி இப்போது பிரான்ஸ் நாட்டின் எல்லா எல்லைப் பகுதியிலும் விரிவடைந்திருக்கிறது; இத்தாலி-பிரெஞ்சு எல்லையில் இது இத்தாலிய மொழியோடு மோதுகிறது. ஒரு காலத்தில் டஸ்கனி (Tuscany) பகுதியில் மட்டும் பேசப்பட்ட

கிளைமொழி, இப்போது இத்தாலி முழுவதற்கும் உரிய மொழியாக இருக்கிறது *(தொடர்ந்து வழக்கில் இருந்த, புரிந்து கொள்ளும் நிலையில் இருந்த கிளை மொழிகள் பிரெஞ்சு, இத்தாலியன் என்று இரண்டு மொழிகளாக ஆயின).*

எப்படி மொழிசார் அலைகள் பரவுகின்றன? இது சசூருக்கு முக்கியமான கேள்வி. அவருடைய பதில் உங்களுக்குத் தெரியாதது அல்ல. எதையும் இரண்டு எதிர்மறைப் பொருளாகப் பார்க்கும் சசூர், நம்முடைய இந்த கடைசிக் கேள்விக்கும் இரண்டு எதிர்மறைகளை நிறுவி விடையளிக்கிறார். அவர் அவற்றை *வெளியுறவு* (intercourse), *வீட்டுறவு* (provincialism) என்று அழைக்கிறார். ஆனால் அவை உங்களுக்குப் பெரிதாக உதவப் போவதில்லை.

ஆகையால் நாம் இவற்றை *உறவாடுதல்* (interaction) *முடங்கிக்கிடத்தல்* (inertia) என்று அழைக்கலாம். பிந்தையது நம்மை நம் ஊரில், வீட்டில், படுக்கையில் வைத்திருப்பது. இப்படி இருந்தால் நாம் நம் மொழியை எப்போதும் ஒரே மாதிரியே பேசிக்கொண்டிருப்போம். நாம் இடம்பெயர்ந்து மற்றவர்களின் தொடர்பு இல்லாமல் இருந்தால் ஒரு வினோதமான, தனித்து நிற்கும் மொழியைப் பேசிக்கொண்டிருப்போம் என்கிறார் சசூர். பலரோடு உறவாடிக்கொண்டிருப்பது இம்மாதிரி தனித்துப் போவதைத் தடுக்கிறது; அது மாறும் மொழிக் கூறுகளைப் பலதரப்பட்ட மக்களிடையே பரப்பி மொழியின் ஒருமையைக் காக்கிறது.

உறவாடுவதன் மூலம் வரும் இந்த மொழியின் ஒருமை இரண்டு வழிகளில் வருகிறது. வழக்கம் போல் சசூர் ஒன்றையொன்று சமநிலைப்படுத்தும் இரண்டு சக்திகளுக்கு அழுத்தம் கொடுக்கிறார்: ஒன்று, எதிர்மறையானது. இது புதியன வற்றை அழித்துக் கிளைமொழிகள் மேலும் சிதறாமல் பார்த்துக்கொள்கிறது. இன்னொன்று, ஆக்க முறையானது. இது புதுமை ஏற்றுக்கொள்ளப்பட்டு பரவும்படிச் செய்கிறது; மொழியின் ஒருமையை ஊக்குவிக்கிறது (நாம் சசூரின் முழுக் கோட்பாடுகளையும் இங்கு ஆராயப் புகவில்லை. ஆனால் இது *மொழிசார் குறி* பற்றிய பாடங்களுடன் தொடர்புடையது. குறி தன்னிச்சை யானது; அதைத் திட்டமிட்டு மாற்ற முடியாது. அது தன்னிச்சையானதால் தற்செயலான நிகழ்வுகளால் மாறுகிறது. சசூர் கூறும் குறியின் *தன்னிச்சையான*

குணத்தால் வரும் இரண்டு விளைவுகளுக்கும், *உறவாடுவதால்* மொழியின் ஒருமையின் மீது விளையும் இரண்டு விளைவுகளுக்கும் தொடர்பு இருக்கிறது).

ஒரு மொழியின் தனிச்சிறப்புக்கூறு பரவுவதைக் குறியின் *தன்னிச்சையான* குணமும் பேசுவோரின் *உறவாடுதலும்* அனுமதிக்கின்றன. இதுதான் மொழியில் *புதுமைகளை உண்டாக்கும் அலைகளைத்* தோற்றுவிக்கக் காரணமாக அமைகிறது என்கிறார் சசூர். ஒரு கிளைமொழி பற்றிய புவிசார் எல்லைத் தகவலை விவரிக்கும் கோட்டை அலையின் முதன்மையான விளிம்பு என்கிறார் (உறுதியாகச் சொல்கிறோம், சசூரின் கருத்துகளை நாம் முழுவதுமாக அலசப் போவதில்லை. நீங்களே சசூர் தம்முடைய *சமகால மொழியியல்* (synchronic linguistics) பகுதியில் பயன்படுத்தியிருக்கும் அலை பற்றிய கருத்தைப் படிக்கலாம் – அலைகள் *மொழிசார் குறியியல்* சிந்தனையும் ஒலியும் ஒன்றுகூடி வருவது போல). மொழி மாற்றத்தின் அலைகள் கிளைமொழியின் ஒரு இடத்தில் தொடங்கி மற்றவற்றிற்கு மெதுவாகப் பரவுகிறது. இந்த அலைகள் எப்படிப் பரவுகின்றன என்பது வேறு, அது எப்படி ஆரம்பித்தது என்பது வேறு. அலை ஆரம்பித்த இடத்தில் காலம்தான் அதனுடைய வடிவத்தைத் தீர்மானிக்கிறது. அது பரவத் தொடங்கியதும் காலமும் இடமும் அதனுடைய வடிவத்தைத் தீர்மானிக்கின்றன.

ஒரு சிறிய கிராமம் போன்ற தனித்த புவிசார் புள்ளியில் ஏற்படும் மாற்றங்களைப் படிக்கும்போது, கலந்து *உறவாடாமல்* இருப்பதனாலும் *முடங்கிக் கிடப்பதாலும்* ஏற்படும் விளைவுகளை எளிதாகப் பிரித்துக் கூற முடியும். அந்தக் கிராமத்தில் பேசப்படும் மொழி பற்றிய எந்த விஷயமும் இந்த இரண்டில் ஒன்றைச் சார்ந்திருக்கும். ஒரு மொழியியலாளர் இரண்டு அல்லது அதற்கு மேற்பட்ட கிளைமொழிகள் பேசப்படும் பெரும் நிலப் பகுதியை ஆய்வு செய்ய நேர்ந்தால், மேலே குறிப்பிட்ட இரண்டு சக்திகளில் எது, எந்தத் தனிச் சிறப்புக் கூற்றிற்குப் பொறுப்பாக இருக்கிறது என்று கூறுவது சாத்தியமானது அல்ல. *முடங்கிக் கிடப்பது* இந்த நிலப் பகுதியில் இருப்பவர்கள் இன்னொரு நிலப் பகுதியில் உள்ளவர்களின் பேச்சைப் பின்பற்றாமல் பார்த்துக்கொள்ளும்; அதே சமயத்தில் அந்த ஆட்சி நிலப் பகுதிக்குள்ளேயே *உறவாடுவது* அங்குள்ள கிளைமொழிகளின் கூறுகள் பரவி அந்த மொழியை ஒருமையாக வைத்திருக்கும். இந்தப் பாடத்தின் கடைசியில் சசூர் ஆர்வமூட்டும் ஒரு சிறிய திருப்பத்தைக் கொடுக்கிறார். அது என்னவென்றால், மொழியின் மாற்றங்களை *முடங்கிக்கிடக்கும்* தன்மை இன்றியே ஆராயலாம் என்பது. *முடங்கிக்கிடப்பது* உறவாடுவதன் எதிர்மறைப் பரிமாணம்; மொழி பேசப்படும் வட்டாரத்திற்குள் நடக்கும் *உறவாடலை* ஆராய்வதே போதுமானது.

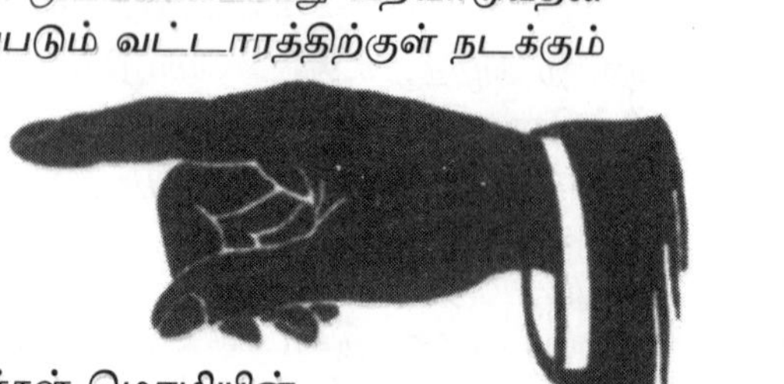

மொழியின் தொடக்கங்கள் பற்றியும் மொழியை வகைப்படுத்துதல் பற்றியும் விளக்க அலைக் கோட்பாடு சசூருக்குப் பிடித்திருந்தது. அது அவர் காலத்திற்கு முந்தைய மொழியியலாளர்கள் மொழியின்

தொடக்கங்களைக் குறிப்பிடுவதிலும் அவற்றை வகைப்படுத்துவதிலும் ஊகத்தில் செய்த சில தவறுகளைச் சரிசெய்ய அவருக்கு உதவியது. மேலும், மொழிகள் வேறுபடுவ தற்குரிய காரணங்களைப் புரிந்து கொள்ளவும் எந்தெந்த மொழிகள் உறவுடையவை என்பதை நிர்ணயிக்கும் காரணங்களைப் புரிந்துகொள்வதற்கும் அலைக் கோட்பாடு உதவுகிறது. அவர் இதைப் பற்றியும் *பின்னோக்கும் மொழியியல்* (Retrospective Linguistics) பற்றியும் இன்னும் நிறையக் கூறியிருக்கிறார். ஆனால் உறுதியாக அவை தொடக்கநிலையினருக்குரியவை அல்ல.

மொழிசார் கல்லறை

'லத்தீன் ஒரு மொழி, அது ஒரு செத்த மொழி. அது முதலில் ரோமானியர் களைக் கொன்றது; இப்போது என்னைக் கொன்றுகொண்டிருக்கிறது'.

பள்ளிகளில் லத்தீன் மொழி கற்பிக்கப்பட்டபோது (வெகு நாட்களுக்கு முன்னால் அல்ல) இந்தக் கேலி பரவலாக மாணவர்களிடம் சலசலத்துக் கொண்டிருந்தது. ஆமாம், லத்தீன் செத்துவிட்டது, போப்பின் தலைமை இடமான வாடிகனில் தவிர. அங்கு தங்கியிருக்கும் கற்றறிவாளர்கள் போப்பின் அறிக்கைகளுக்கு வேண்டும்போதெல்லாம் லத்தீனில் புது சொற்களை உருவாக்கி அந்த மொழிக்கு சொற்களைச் சேர்த்துக் கொண்டிருக்கின்றனர். வாடிகனில் இப்படி நடந்துகொண்டிருந்தாலும் காலப்போக்கில் மொழிசார் கல்லறையில் லத்தீனுடன் இன்னும் பல மொழிகள் சேர்ந்து கொண்டிருக்கின்றன. ஈராக்கில் அழிந்துவிட்ட மொழி அக்காடியன் (Akkadian). அதன் கதையை இங்கே பார்ப்போம்.

மத்திய கிழக்கில் பேசப்படும் அரபு, ஹீப்ரூ, அரமேயம் (Aramaic) ஆகிய மொழிகள் ஒரு பெரிய மொழிக் குடும்பத்தைச் சேர்ந்தவை; அக்காடியனும் இந்தப் பெரும் குடும்பத்தைச் சேர்ந்ததுதான். பைபிளில் வரும் நோவாவின் மகன் செம் (Sem or Shem) என்பவரின் சந்ததியினர் இந்த மொழிகளைப் பேசியதாகக் கருதப்பட்டதால், இந்த

மொழிக் குடும்பத்திற்கு செமிடிக் (Semitic) என்ற பெயர் கொடுக்கப்பட்டது. கி.மு. இரண்டாயிரத்தில் அக்காடியன் ஈராக்கிலும் சிரியாவிலும் ஓர் ஆளும் மொழியாக இருந்தது. களிமண் பலகையில் *கில்காமெஷ் (Gilgamesh)* என்னும் காவியம் *(இது அரைத் தெய்வத் தன்மை பெற்ற ஒரு கதாநாயகன் சாகாத வாழ்க்கை ரகசியத்தைத் தேடுதல் பற்றியது)* உட்பட உலகத்தில் மிகவும் பழமையான இலக்கியங்களும் 'படைப்பு' (Creation) பற்றிய புராணங்களும், ஹீப்ரூ மொழியில் உள்ள பைபிளில் காணப்படும் 'வெள்ளம்' (Flood) பற்றிய கதைக்கு ஒட்டிய கதையும் அக்காடியனில் எழுதப்பட்டன. இவை க்யுனிபாம் (cuneiform) எழுத்து வடிவத்தில் [இது ஆப்பு வடிவு என்ற அர்த்தத்தைக் கொடுக்கும் லத்தீன் மொழிச் சொல்லான க்யுனியஸ் (cuneus) என்னும் சொல்லிலிருந்து வந்தது] எழுதப்பட்டன.

அரமேய மொழியும் கிரேக்க மொழியும் அக்காடியனுக்குப் பதிலாகப் பயன்பாட்டுக்கு வந்தபிறகு அக்காடியன் வழக்கொழிந்து போனது; பதினேழாம் நூற்றண்டில் துணிச்சலான பயணிகள் அயற்பண்புடைய, கூர்மையான எழுத்துக்களில் எழுதப்பட்ட அதனுடைய களிமண் பலகைகளைக் கண்டுபிடித்திருக்காவிட்டால், இந்த மொழி முழுவதுமாக மறக்கப் பட்டிருக்கலாம். அதன் பிறகுதான் ஆய்வாளர்கள் இந்தப் பழம் பெரும் மொழியின் ரகசியத்தை அறியும் மலைக்கவைக்கும் சவாலை ஏற்றார்கள். சமையல் குறிப்புகள் உள்பட இலக்கியம், சரித்திரக் கதைகள், வணிகப் பதிவுகள், பள்ளிப் பாடங்கள் ஆகியவை பற்றி இந்தக் களிமண் பலகைகளில் எழுதப்பட்ட பிரதிகள் இரண்டாயிரம் ஆண்டுகளாக தப்பிப் பிழைத்திருக்கின்றன; இவை நமக்கு அக்காடியன் பண்பாடு பற்றிய சிறந்த பதிவேடுகளாய் இருக்கின்றன.

மத்திய கிழக்கில் வணிகம், பிற நாட்டு உறவு ஆகிய துறைகளில் உலக மொழி என்ற அந்தஸ்தைப் பெற்ற முதல் மொழிகளில் அக்காடியனும் ஒன்று என்பதும் நமக்குத் தெரியவருகிறது. அன்றாடம் மொழியைப் பயன்படுத்திய பகுதியிலிருந்து வெகுதொலைவில் உள்ள எகிப்தில் கி.மு. இரண்டாயிரத்தில் அக்காடியனில் எழுதப்பட்ட பிரதிகள் கிடைத்திருக்கின்றன.

ஆயிரத்திற்கு மேற்பட்ட குறியீடுகள் உள்ள அக்காடியனின் எழுத்துருவைக் கண்டுபிடிக்க முனைந்த மொழியியலாளர்களின் துணிச்சல் நம் கரிசனத்திற்கு உரியது. இந்தக் குறியீடுகளில் சில, அசைகளை (syllables) அதாவது, ஒலிகளின் சேர்க்கைகளைக் குறிக்கின்றன; சில முழுச்சொல்லைக் குறிக்கின்றன; சில

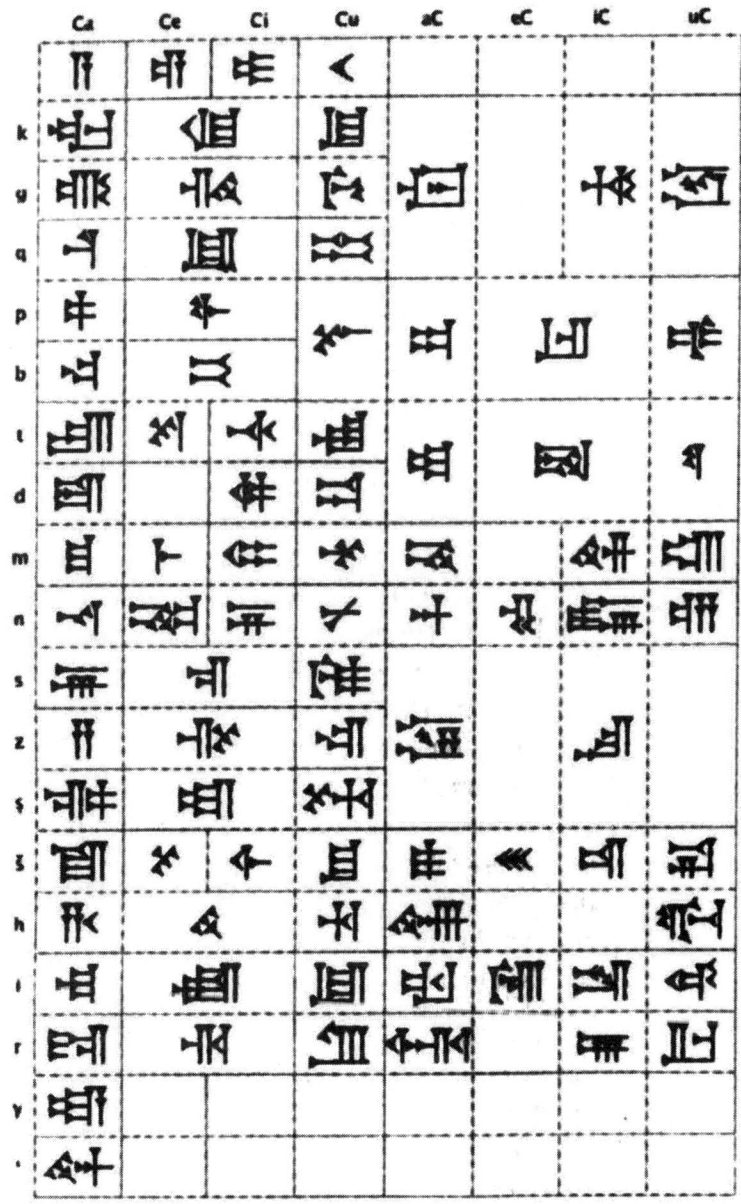

அக்காடியன் மொழியின் எழுத்துருக்கள்

ஒரு கருத்தைக் குறிக்கின்றன. பல குறியீடுகள் தொடர்பில்லாத வேறு மொழிகளின் நெடுங்கணக்கில் பயன்படுத்தப்பட்ட குறியீடுகளிலிருந்து உருவானவை.

10

மொழியியலும் தத்துவமும்

இன்னொரு வகையான பொருண்மையியல்

நாம் ஏற்கனவே பார்த்தபடி, பொருண்மையியல் மொழியியலின் ஒரு பிரிவாகும்; இது அர்த்தங்களை ஆராய்கிறது; ஆனால் பொதுப் பொருண்மையியல் (*general semantics*) வழக்கமாக நாம் கூறும் அர்த்தங்களை ஆராயும் மொழியியலின் ஒரு பிரிவான பொருண்மையியல் அல்ல. அல்லது குறைந்தபட்சம் அதற்கு மட்டும் உரியதல்ல. பொதுப் பொருண்மையியலைக் கண்டுபிடித்தவர் போலந்து நாட்டில் பிறந்த பெருமகன் கவுண்ட் ஆல்ஃப்ரெட் கோர்ஸிப்ஸ்கி (1879-1950). இவர் பிற்காலத்தில் அமெரிக்காவிற்குக் குடிபெயர்ந்தார். இவருக்கு மொழியிலும் கருத்துப் பரிமாற்றத்தில் ஏற்படும் சிரமங்களைக் கண்டறிவதிலும் ஆர்வம் இருந்தாலும், 1930களில் நரம்பு மண்டலத்தின் செயல்பாடு பற்றி விளக்கவும் மொழியைச் சிறப்பாகப் பயன்படுத்தவும் தத்துவவியலின் செயல்முறை சார்ந்த விஞ்ஞானமாக பொதுப் பொருண்மையியலைத் தோற்றுவித்தார். 1943இல் கோர்ஸிப்ஸ்கி பொதுப் பொருண்மையியலுக்கு *தி இன்ஸ்டிடியூட் ஆஃப் ஜெனரல் செமான்டிக்ஸ்* என்னும் நிறுவனத்தையும் அகில உலகப் பொதுப் பொருண்மையியல் கழகத்தையும் (*இன்டர்நேஷனல் சொஸைடி ஃபார் ஜெனரல் செமான்டிக்ஸ்*) தோற்றுவித்தார். இந்தக் கழகத்தின் ஆய்விதழான *எட் செட்ரா* (Et cetera) இன்று கோர்ஸிப்ஸ்கியின் ஆக்கங்களில் சிலவற்றை மட்டுமே பிரதிபலிக்கிறது. ஆனால் அது ஓர் உயிர்ப்புள்ள ஆய்விதழ்; கல்வி மற்றும் தொடர்பாடல் ஆய்வுக்கு மையமாக விளங்குகிறது.

பெருமகன் கவுண்ட்

ஒரு வண்டால் தொல்லை

பிற எல்லா அறிவுத்துறைகளையும் போல, மொழியியலும் தத்துவத்திலிருந்து தனியாகக் கழன்று விழுந்தாலும், அதன் தொடக்கம் தத்துவஞானிகளுக்குரிய விசாரணை, விவாதம் ஆகியவற்றில் இருக்கிறது. முந்தைய பகுதியில் ‘மொழியியல் அன்றும் இன்றும்’ என்னும் தலைப்பில் அரிஸ்டோட்டிலைப் பற்றிக் குறிப்பிட்டோம். அங்கிருந்து தாவி, இருபதாம் நூற்றாண்டில் *மனத்தின் தத்துவம்* என்னும் தத்துவம்சார் இயக்கம் தோன்றுவதற்குக்

காரணகர்த்தாவாக இருந்த முக்கியமான ஒருவரைப் பற்றித் தெரிந்துகொள்வோம். இவர் பெயர் லுட்விக் விட்கென்ஸ்டெய்ன் *(1889-1951)*. இவர் ஒரு பெரிய மேதை. தத்துவவியலுக்கு இவர் கொடுத்த புதிய திசைக்கு *மொழியியல் திருப்பம்* (linguistic turn) என்று பெயர்.

அரிஸ்டோட்டில்

இரட்டை வாதத்திற்கு (பிரபஞ்சத்தில்/அண்டத்தில் மனமும் பருப்பொருள்களும் அடிப்படையில் வேறுபட்டவை என்னும் தத்துவம்சார் நிலைக்கு) எதிரான அவருடைய வாதம் ஒரு கற்பனையான வண்டு டப்பியுடன் வண்ணம் நிறைந்த ஒப்புமை (ஒத்திசைவு) கொண்டிருந்தது. வீட்டார்ஸ் (இதுதான் விட்கென்ஸ்டெய்னின் செல்லப் பெயர்) தம் வாசகர்களை இப்படிக் கற்பனை பண்ணச் சொன்னார்: ஒவ்வொருவரிடமும் ஒரு டப்பி இருக்கிறது; ஒவ்வொரு டப்பிக்குள்ளும் 'வண்டு' என்று கூறப்படும் 'ஏதோ ஒன்று' இருப்பதாக வைத்துக்கொள்வோம் (பின்னால் இதில் முக்கியமான சொல் 'ஏதோ ஒன்று' என்பதே; 'வண்டு' அல்ல என்பது தெரிய வரும்). யாரும் மற்றவர்களுடைய பெட்டிக்குள்ளே எட்டிப் பார்க்கக் கூடாது; ஆனால் எல்லோரும் தம் டப்பிக்குள் என்ன இருக்கிறது என்பதிலிருந்தே ஒரு 'வண்டு' என்னவென்று தெரியும் என்று நம்புகிறார்கள் (பின்னால் இதில் முக்கியமான சொல் 'என்ன' என்பதே; 'வண்டு' அல்ல என்பது தெரியவரும்). 'வண்டு' என்ற சொல்லை வண்டு டப்பியை வைத்திருக்கும் அனைவரும் பயன்படுத்தினால் அது டப்பிக்குள்

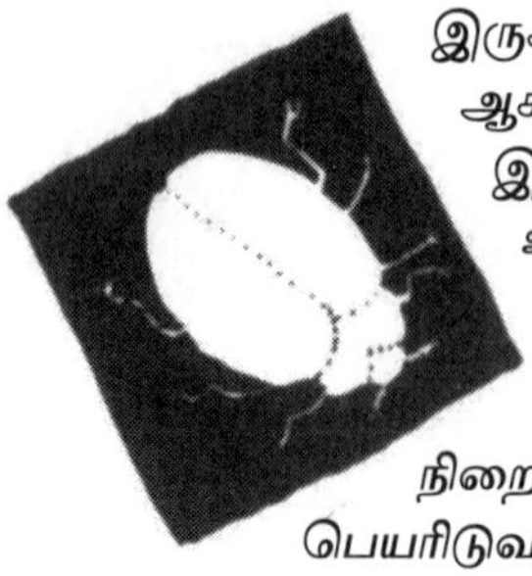

இருக்கும் ஏதோ ஒன்றிற்குப் பெயர் கொடுத்துப் பேசுவது ஆகாது. ஏனென்றால் ஒருவர் டப்பியில் என்ன இருக்கிறது என்று மற்றவருக்குத் தெரியாது (டப்பியில் உள்ள 'ஏதோ ஒன்று' என்பது ஒன்றுமில்லாமலும் - அதாவது சூனியமாகவும் இருக்கலாம்).

இந்தக் கற்பனையான டப்பியுடன் வண்ணம் நிறைந்த ஒப்புமை (ஒத்திசைவு) ஒரு பொருளைப் பெயரிடுவதும் பொருளைக் குறிக்கும் சொல்லை உபயோகிப்பதும் வேறு வேறு என்பதைக் காட்டு கிறது. இந்த வேறுபாடு மனத்தையும் பருப்பொருளையும் வேறுபடுத்தும் இரட்டைவாதிகளுக்குப் பிரச்சினையைத் தரும்; அவர்களுக்கு 'வலி' போன்ற சொற்களுக்கு ஒரு பயன் (use) இருக்கிறது என்று சொல்வதும் பிரச்சினை யைத் தரும். ஒரு சொல் மொழியைப் பயன்படுத்தும் அனைவருக்கும் பொதுவாக இருக்கும்; ஆனால் சொல்லின் பொருள் பற்றிய நேரடியான அறிவு வித்தியாசமாக இருக்கும். இது மற்றவரின் வண்டு டப்பியில் என்ன இருக்கிறது என்று ஒருவருக்குத் தெரியாததைப் போன்றது. பயன்பாட்டில் 'வண்டு' ஏதோ ஒன்றின் பெயரல்ல; அது சூனியமும் அல்ல (டப்பி சூனியமாக இருந்தாலும்). சொல்லைப் பயன்படுத்துவதால் சொல்லுக்குப் பொருள் வருகிறது; ஆனால் சொல்லுக்குப் பெயர் வருவதில்லை.

கேம்பிரிட்ஜ், ஆக்ஸ்போர்டு பல்கலைக்கழகங்களின் மாணவர்கள், விட்கென்ஸ்டெய்ன் இறந்த பிறகு வெளியான அவருடைய *தத்துவம்சார் விசாரணைகள்* (philosophical investigations) என்னும் நூலைப் படித்தவர்கள் என்பதைக் காட்டிக்கொள்ளும் முறையில் தங்கள் அறைகளின் ஜன்னல் விளிம்புகளில் வண்டுப் பெட்டியை வைத்திருந்தார்களாம்!

விலங்குகள் பற்றிய மொழியியல் உண்மைகள்

1. வீட்டர்ஸின் சிங்கம்

விட்கென்ஸ்டெய்னின் ஆக்கங்களிலிருந்து புகழ்பெற்ற பல வரிகளில் ஒன்று கூறுகிறது: 'சிங்கம் பேச முடிந்தால், நாம் அதைப் புரிந்துகொள்ள முடியாது'. ஒருவேளை நமது தத்துவவாதி (வீட்டர்ஸ்), புலனறிவில் (perception) மனிதருக்கும் மிருகங்களுக்கும் இடையே உள்ள உடற்கூறு தொடர்பான வித்தியாசங்களை நினைத்து இதை எழுதியிருக்கலாம். இது ஓர் உண்மை. இந்த உண்மையை மனிதத் தொடர்பாடல் வழிகளுக்கும் மிருகங்கள், பறவைகள், வண்டுகள் ஆகியவற்றிடையே நடக்கும் பரிமாற்றங்களுக்கும் இடையே உள்ள வேறுபாடுகளை விவரிக்கும்போது நாம் மனத்தில் கொள்ளவேண்டும். ஒருவேளை விட்கென்ஸ்டெய்ன் மனத்தில் இதைவிட நுண்ணியமான கருத்து இருந்திருக்கலாம்.

இந்தக் கூற்றைப் பற்றி எவ்வளவோ விவாதங்கள் நடந்திருக்கின்றன; எழுத்தில் எவ்வளவோ மை கொட்டப் பட்டிருக்கிறது. இந்தக் கூற்றில் பல சிக்கலான பிரச்சினைகள் உட்பொதிந்திருக்கின்றன. ஆயினும், தொடக்கநிலை யினருக்கும், மனதை ஈர்க்கும் இந்தக் கூற்றால் நமது தத்துவவாதி என்ன சொல்ல முனைகிறார் என்று பார்ப்பது பயனுள்ளதாக இருக்கும். மொழியியலின் சில அடிப்படைக் கருத்துகளுக்கு இந்தக் கூற்றோடு உள்ள தொடர்பைச் சில கேள்விகள் எழுப்பிப் பார்க்கலாம். விடைகளை விடக் கேள்விகள் முக்கியம் என்பதை மறந்துவிடாதீர்கள்.

i) ஒரு சிங்கத்திற்குப் பேசமுடிந்தால், மொழியியலாளர்கள் தெரியாத மொழிகளைக் கள ஆய்வு மேற்கொண்டு பேச்சைப் பதிவுசெய்து, அதை ஒலியன் ஒலியனாக, **உருபன் உருபனாக**, தொடர் தொடராக அலசுவது போல, சிங்கத்தின் பேச்சை அணுஅணுவாகப் பகுத்தாய்வு செய்ய முடியாதா?

ii) பேச்சு வாயால் சொல்வது; மொழி மனதால் சொல்ல முடிவது. இயற்கையான மனித மொழிகளின் அடிப்படைப் பண்பு மொழிக்கும் பேச்சுக்கும் உள்ள ஊடாட்டத்தை உள்ளடக்கியது. மனித மொழி சமூகத்தைச் *செயல்படுத்தும்* அர்த்தங்களை இதுவே வெளிப்படுத்துகிறது. சிங்கத்தின் உறுமலுக்கு இந்தக் கூறு கிடையாது என்று விட்கென்ஸ்டெய்ன் நம்பினாரா?

iii. மனித உலகில் இருக்கும் எந்த மனித மொழியையும் இன்னொரு மனித மொழியில் பெயர்க்கலாம், மிகச் சரியான மொழிபெயர்ப்பு முடியாது என்றாலும். சிங்கத்தின் ‘சிங்கீஸ்’ மொழியை எந்த மனித மொழியிலும் மொழிபெயர்ப்பது சாத்தியமில்லாததா?

விட்கென்ஸ்டெய்ன் தம் கூற்றை ‘சிங்கம் பேசினால்’ என்று ஆரம்பிக்கிறார். இந்த நடைமுறை நிபந்தனையுடன் ஆழமான மற்றொன்றையும் சேர்க்க வேண்டும். மேலே சொன்ன கடைசி இரண்டு கேள்விகளுக்கும் ‘ஆம்’ என்பது பதிலானால், நமது தத்துவவாதி, எல்லா மனித மொழிக்கும் உலகளாவிய தனிச்சிறப்புக் கூறு ‘சிங்கத்தின் உறுமலில் இருந்தால்’ என்று கூறுகிறார் எனலாம். இன்னொரு தத்துவவாதி ஸ்டீவன் பார்ன்ஸ் இந்தக் கூற்றை இப்படி விளக்குகிறார்: விட்கென்ஸ்டெய்ன் இந்தக் கூற்றை எழுதிய இடத்தை நோக்கும்போது, இந்தக் கூற்றை விளங்கிக்கொள்ள புலனறிவு பற்றிய புரிதல், முக்கியமாக, நம் பார்வை அகவயப்பட்டதா, புறவயப்பட்டதா என்னும் புரிதல் வேண்டும்; அதோடு புலனறிவுக்கும் நாம் உருவாக்கும் அர்த்தங்களுக்கும் உள்ள உறவு பற்றிய புரிதலும் வேண்டும்.

இந்தப் புரிதல் இருந்தால், சிங்கத்தின் உறுமலை நம்மால் ஏன் அர்த்தப் படுத்த முடியவில்லை என்பது விளங்கும். சிங்கத்தின் உறுமலுக்கு சமூகத்தைச் செயல்படுத்தும் அர்த்தங்களை உருவாக்கக்கூடிய மொழித்திறன் இல்லை என்பதும் நமக்கு விளக்கும். சிங்கம் மனிதரைப் போல் சமூகப் பிராணி இல்லை என்றால், அது பேசுகிறது என்றே, அதாவது அதன் உறுமலைப் பேச்சு என்றே, சொல்ல முடியாது. அது பேச்சுதான் என்று சிங்கம் நம்மை ஏமாற்றினாலும், அது பேச்சு ஆகாது. இங்கே விட்கென்ஸ்டெய்னின் 'சிங்கம் பேசினால்' என்னும் நிபந்தனை புதிய அர்த்தம் பெறுகிறது.

2. கிளிகளின் பேச்சு: பொழிப்புரைகளோ அடுக்குநிலை உறவுகளோ தெரியாத ஒப்புப் போலி

மனிதர்கள் சொல்லித்தரும் எதையும் சொல்லும் கிளிகளின் (அவ்வளவு ஒன்றும் வியக்கவைக்காத அந்த) திறமையை நாம் கூர்ந்து கவனித்தால் விட்கென்ஸ்டெய்ன் கற்றுத் தந்த பாடத்திற்கு அப்பால் ஒரு மொழியியல் பாடத்தை நம் வீட்டிற்கு கொண்டுவந்திருக்கிறோம். கிளிகள் ஒலியை திரும்பத் தரும் (ஒப்புப்போலி அல்லது பாசாங்கு எனப்படும் *மிமிக்* செய்யக்கூடிய) திறனுள்ளவை. ஆனால் மொழியின் சிறு துண்டுகளை நேர்த்தியான துல்லியத் துடன் மீண்டும் மீண்டும் சொல்லுவதைத் தவிர அவற்றிடம் வேறு எந்த மொழிசார் திறனும் இல்லை. உங்களுடைய கிளி 'எனக்குக் கறுப்புக் காபி வேண்டும்' என்று சொல்வதற்குக் கற்றுக்கொண்ட பிறகு அது அந்தத் தொடரை எப்போதும் அதே வடிவத்தில்தான் சொல்லும். 'எனக்கு பால் இல்லாத காப்பி வேண்டும்' என்னும் இன்னொரு தொடரைத் தானாக அதற்குச் சொல்லத் தெரியாது. அதாவது, அதற்கு ஒரு விருப்பத்தேர்வு கிடையாது.

மனிதர்கள் மொழியைக் கையாளுவதற்கு அவர்களுடைய பொழிப்புரை (ஒரு வாக்கியத்தை வேறு சொற்களைக் கொண்டு மீண்டும் வெளிப்படுத்தும்) திறன்கள் உட்பொதிந்திருக் கின்றன. மேலும் இவை தம் பங்குக்கு ஒரு மொழி அமைப்பிலுள்ள வகைகளிலிருந்து தேர்வு செய்யும் திறனை அடைவதிலும் உட்பொதிந்திருக்கின்றன. இந்த மொழி அமைப்பில் உள்ள வகைகள் வடிவத்திலும் அர்த்தங்களிலும் (அடுக்குநிலை உறவுகள்) தொடர்புடையவையாக இருக்கின்றன. அத்துடன் அர்த்தமுள்ள வாக்கியங்களை உருவாக்குவதற்கு அவற்றைச் சரியாக ஒருங்கிணைக்க வேண்டும் (முன்னால் தொடரியல், பொருண்மையியல் பற்றி சொன்னதை நினைவில்கொள்ளுங்கள்). நமது கிளிக்கு உறுதியாக அதனுடைய தொடருக்கும் பொருண்மையியலுக்கும் உள்ள வேறுபாடு தெரியவில்லை (இதனை இப்படியும் விளக்கலாம்: மனிதரின் மொழித் திறனில் ஒரு வாக்கியத்தை வேறு வகையில் சொல்லும் திறனும் அடங்கும். ஒன்று, ஒரே பொருளுடைய வேறு வாக்கியங்கள். இன்னொன்று, ஒரே தொடரமைப்பில் வேறு வார்த்தைகள். கிளிக்குத் தொடருக்கும் பொருளுக்கும் உள்ள உறவு தெரியாது).

கிளியின் தொடர், பொழிப்புரை, ஒரு சீவிசெப்பனிடப்பட்ட தொடர்

ஒரு மதபோதகர் ஒரு பழங்குடி சமுதாயத்திற்கு ஒரு நீண்ட உபதேசம் செய்கிறார். அவர் சொன்ன சுவாரஸ்யமான கதை கிட்டத்தட்ட அரை மணிநேரத்திற்கு நீள்கிறது. அதன் பிறகு மொழிபெயர்ப்பாளர் எழுந்து நின்று நான்கு வார்த்தைகள் பேசுகிறார்; கேட்டுக்கொண்டிருந்தவர்கள் பேரொலியோடு சிரிக்கிறார்கள். மதபோதகருக்கு ஒன்றும் புரியவில்லை. 'நான் சொன்ன சிக்கலான கதையை எப்படி நான்கு வார்த்தைகளில் மொழிபெயர்த்தீர்கள்? இந்த மக்கள் அப்படிப்பட்ட வியத்தகு மொழியையா பேசுகிறார்கள்?' என்று அவரைக் கேட்கிறார். பிறகு மொழிபெயர்ப்பாளரிடம் கேட்கிறார்: 'நீங்கள் முழுக் கதையையும் எப்படி நான்கு வார்த்தைக்குள் அடக்கிச் சொன்னீர்கள்?' அதற்கு மொழிபெயர்ப்பாளர் கூறினார்: 'கதை மிகவும் நீண்டது. அதனால் நான் அவர்களிடம் சொன்னேன், அவர் (போதகர்) ஜோக் சொல்கிறார், சிரியுங்கள் என்று'.

11

மானிட மொழியியல்

இது மொழிக்கும் பண்பாட்டிற்கும் இடையே உள்ள உறவில் கவனம் செலுத்துகிறது. பண்பாட்டு மானிடவியலாளர் (கற்களையும் எலும்புகளையும் மட்டுமே ஆராயும் உடல்சார் மானிடவியலாளர் போலன்றி) தாங்கள் ஆராயப் போகும் மக்களின் மொழியை அவர்களோடு தொடர்பு கொள்வதற்காகக் கற்பதோடு, தங்கள் பண்பாட்டை அவர்கள் எப்படித் தங்கள் மொழி மூலம் வெளிப்படுத்துகிறார்கள் என்பதையும் ஆராய்கிறார்கள். அமெரிக்காவில் ஃப்ரான்ஸ் போஆஸ் (Franz Boas - இவரை 'பனிக்குப் பல சொற்கள்' என்னும் பகுதியில் பார்த்தோம், பார்க்க ப.58) அமெரிக்கப் பழங்குடி மக்களின் பண்பாட்டைப் படிப்பதற்கு முக்கியத்துவம் கொடுத்தார்; அந்தப் படிப்பை ஒரு துறையாக நிறுவவும் செய்தார்.

இவருடைய மாணவர் எட்வர்ட் சபீர் மொழியையும் பண்பாட்டையும் ஆராயும் மொழியியலைப் பலப்படுத்தி, அது போகும் திசையைப் பல பத்தாண்டுகளுக்குப் பிறகு, சாம்ஸ்கி வந்து திசை திருப்பும் வரை, வழிகாட்டினார்.

இருபதாம் நூற்றாண்டின் தொடக்கத்தில் பிரிட்டனில் போலந்தைச் சேர்ந்த மானிடவியலார் ப்ரோனிஸ்லா மேலினொஸ்கி மொழியைப் படிப்பதில் மானிடவியலுக்கு உள்ள முக்கியத்துவத்தைக் காட்டினார். அர்த்தத்திற்கும் பண்பாட்டிற்கும் உள்ள தொடர்பை விளக்கும் அவருடைய கட்டுரை வெளியாகிக் கிட்டத்தட்ட எண்பது ஆண்டுகள் ஆன பிறகும் ஓக்டென்-ரிச்சர்ட்ஸின் 'அர்த்தத்தின் அர்த்தம்' என்ற புத்தகத்திற்குப் பின்னிணைப்பாகத் தொடர்ந்து வெளியிடப்பட்டு வருகிறது. அவர் தம்முடைய வேலையை அமெரிக்காவில் தொடர்ந்து, பிறகு அங்கேயே ஓய்வு பெற்றாலும், அவருடைய கருத்துகள் பிரிட்டனில் மொழியியலின் தந்தை என்று கருதப்படும் ஜான் ரூபெர்ட் ஃபர்த்திடம் (John Rubert Firth, 1890-1960) பெரிய தாக்கத்தை உண்டாக்கின. மொழியியலின் புதிய ஆராய்ச்சிப் பிரிவுகள் சமூகவியல், உளவியல் மற்றும் பிற அறிவுத் துறைகளைத் தழுவி வளர்ந்திருந்தாலும், மானிட மொழியியல் இன்னும் மொழியியலின் முக்கிய ஆராய்ச்சிப் பிரிவாகவே விளங்குகிறது. கோட்பாட்டு மொழியியலின் ஆராய்ச்சி திடீரென்று அதிகரித்திருந்தாலும் அதன் விளைவாக பண்பாட்டு மானிடவியலாளர்கள் பின்னுக்குத் தள்ளப்பட வில்லை. இவர்களின் சிறந்த ஆராய்ச்சிக் கட்டுரைகள், குறிப்பாக எப்போதும் புகழ்பெற்றுள்ள உறவுமுறைச் சொற்கள், நிறப் பெயர்களைப் பற்றிய கட்டுரைகள், இன்றும் அச்சிடப்படுகின்றன.

உறவுமுறைச் சொற்கள்

நீங்கள் ஆராயத் தேர்ந்தெடுத்த மொழியில் உள்ள *அப்பா, அம்மா, சகோதரன், சகோதரி* ஆகிய சொற்களின் வெளிப்பாடு பற்றி ஆராய்வது பிற

சொற்தொகுதிகளை ஆராய்வதில் இருப்பதைக் காட்டிலும் பெரிய நன்மை இருக்கிறது. ஆங்கிலத்தில் உள்ள cousin என்ற சொல்லைக் குறிக்க இன்னொரு பண்பாட்டில், அப்பாவின் சகோதரனின் மகனைக் குறிக்க ஒரு சொல், அப்பாவின் சகோதரியின் மகனைக் குறிக்க ஒரு சொல், தாயின் சகோதரியின் மகளைக் குறிக்க ஒரு சொல் என்று பல சொற்கள் கொண்ட மிகவும் சிக்கலான அமைப்பு இருந்தாலும், மொழியியலாளர் அந்த மொழியை ஆராயும்போது உறவுமுறைச் சொற்களின் முழுப் பரிமாணத்தையும் பார்ப்பதற்குத் தெளிவாக வரையறுக்கப்பட்ட எல்லைகள் இருக்கின்றன. மொழியை ஆராயத் தொடங்கும்போது உறவுமுறை போன்ற பகுதிகளிலிருந்து தொடங்கினால் மொழியியலாளருக்கு மொழி பற்றியும் பண்பாடு பற்றியும் அறிந்துகொள்ள எளிதாக இருக்கிறது. இதோ இங்கே ஸ்வீடிஷ் மொழியிலிருந்து சில உதாரணங்கள்:

FARMOR

FARFAR

MORMOR

MORFAR

Farfar - grandfather (=father's father)
Farmor - grandfather (=mother's father)
Mormor - grandmother (=mother's mother)
Morfar - grandmother (=father's mother)

இதுபோன்ற உறவுமுறைச் சொற்களில் ஓர் உறவைக் காட்டும் சொற்களோ **உருபன்களோ** *(பார்க்க உருபனியல் பக்கம் 27)* 'திரும்பத் திரும்ப' வரும். மொழியிலாளர்கள் இதை **உருபன்** வழியாக சொற்களுக்கு இடையே உள்ள பொருள் உறவை அறிவது என்பார்கள். அதாவது ஒரு சொல்லின் பகுதிகளின் பொருளை ஒன்று சேர்த்தால் அந்தச் சொல்லின் பொருள் கிடைக்கும். ஸ்வீடிஷ் மொழி பேசுபவர்களுக்கு Farfar 'அப்பாஅப்பா' என்னும் சொல் அப்பாவின் அப்பா என்ற பொருளை எளிதாகக் காட்டும். மாறாக, ஆங்கிலத்தில் grandfather என்ற சொல்லிலுள்ள grand என்னும் சொல் 'பெரிய அப்பா' என்ற பொருளைத் தருமேயொழிய அப்பாவின் அப்பா என்ற பொருளைத் தராது.

உறவுமுறைச் சொற்கள் மொழிக்கு மொழி மிகவும் வேறுபடும். ஆங்கிலத்தோடு ஒப்பிடும் போது சில மொழிகளில் உறவுமுறைச் சொற்களின் உறவுமுறை எளிமையாகவும் சில மொழிகளில் சிக்கல் நிறைந்ததாகவும் இருப்பதைக் காணலாம். மேலே சொன்ன ஸ்வீடிஷ் மொழியிலுள்ள அப்பாவின் பெற்றோர்களுக்கு உள்ள சொற்களைப் போல, சில மொழிகள் அப்பாவினுடைய சகோதரனையும் அம்மாவின் சகோதரனையும் வேறுபடுத்துகின்றன. ஆங்கிலத்திலோ இரண்டிற்கும் uncle என்ற ஒரு சொல்லே உள்ளது. ஆங்கிலத்தில் பால் அடிப்படையில் ஒரே உறவுக்கு niece, nephew என்ற இரண்டு சொற்கள் இருக்கின்றன. சில மொழிகளில் பால்வேறுபாடு இல்லாமல் இரண்டிற்கும் ஒரு சொல்லே உள்ளது. இன்னும் சில மொழிகளில் niece, nephew, granddaughter, grandson என்ற நான்கிற்கும் ஒரு சொல்லே உள்ளது. அதாவது கூடப் பிறந்தவர்களின் பிள்ளைகளுக்கும் சொந்தப் பிள்ளைகளின் பிள்ளைகளுக்கும் ஒரே பெயர். ஆங்கிலத்தில் ஆண்களின் கூடப் பிறந்தவளையும் பெண்களின் கூடப் பிறந்தவளையும் குறிக்க sister என்ற சொல் உள்ளது. பாஸ்க் (Basque) மொழியிலோ ஆணின் கூடப் பிறந்தவளைக் குறிக்கும் சொல் arreba, பெண்ணின் கூடப் பிறந்தவளைக் குறிக்கும் சொல் ahizpa. செனெகா (Seneca) மொழியில் உறவுமுறைச் சொற்களில் வயது வித்தியாசம் தெளிவாகக் காட்டப்படுகின்றது; மூத்த சகோதரியையும் இளைய சகோதரியையும் குறிக்க வெவ்வேறு உறவுமுறைச் சொற்கள் இருக்கின்றன *(தமிழில் பெரியப்பா, சித்தப்பா, அக்கா, தங்கை என்று இருப்பதைப் போல)*.

அண்மைக்கால ஆய்வு முடிவுகள், உறவுமுறைச் சொற்களைத் திருமணம், சொத்துரிமை போன்ற பிற சமூக நடைமுறையோடு தொடர்புபடுத்திக் காட்டுகின்றன. அதோடு உறவுமுறைச் சொற்களைக் கிளைமொழி வேறுபாடு, கடன்சொற்களின் கட்டுப்பாடுகள் மொழிமாற்றத்திற்கு உட்படாமை, அனைத்து மொழிக்கும் உரிய பொதுக்கூறுகள், புலனுணர்வு வளர்ச்சி ஆகியவை பற்றிய ஆய்வுகளோடும் தொடர்புபடுத்துகின்றன. உறவுமுறைச் சொல் ஆராய்ச்சி உறவுமுறைச் சொற்களின் மூலம் ஒரு மொழி பேசும் சமூகத்தின் பண்பாட்டை நுட்பமாகப் பொருள்படுத்த (படம் பிடித்துக்காட்ட) உதவுகின்றது. பண்பாட்டை அறிவதே உறவுமுறைச் சொற்கள் ஆய்வின் முக்கியமான நோக்கமாக இருக்கிறது.

உறவுமுறைச் சொற்கள் ஆய்வில் மொழியியலாளர்களுக்கு ஏன் இந்தத் தனி ஆர்வம்? ஒவ்வொரு மொழியியலாளரும் பெரும்பாலும் கூறப்படுவதைப் போல இதயத்தில் அவர் பொருள்களைச் சேகரிப்பவர் என்றால் மொழியின் வண்ணத்துப்பூச்சிகள், உறவுமுறைச் சொற்களைத் தவிர வேறெங்கும் இந்தளவுக்குக் கண்ணைக் கவரும் வழியில் கண்ணாடிப்பெட்டிக்காட்சி தருவதில்லை. ஒருவேளை நிறப்பெயர்களைத் தவிர...

நிறப் பெயர்கள்

உறவுக்குரிய சொற்களைப் போல நிறத்திற்குரிய சொற்களும் ஆராய்வதற்கு உரியவையாக மொழியியலாளர்களின் கவனத்தைக் கவர்ந்திருக்கின்றன. ஏனெனில், நிறப் பெயர்களில் ஒரு நேர்த்தி காணப்படுகிறது. பல பத்தாண்டுகளின் ஆய்வுக்குப் பிறகு முதலில் இருந்ததை விட இப்போது கொஞ்சம் சிக்கலாகத் தோன்றினாலும் அழகு, கலை, ஜனநாயகம், நாகரிகம் முதலியவற்றை விளக்கும் சொற்களின் ஆராய்ச்சியைவிட எவ்வளவோ தெளிவாக இருக்கும் ஆய்வுப் பிரிவு இது – தைரியமுள்ள மொழியியலாளர்கள் மேலே கூறிய களங்களின் ஆய்வில் ஈடுபட்டிருந்தாலும்.

மொழியியலுக்கு மானிடவியல்சார் அணுகுமுறைக்குள் நிறச் சொற்களை ஆராய்வதில் ஒரு நீண்ட சரித்திரமே இருக்கிறது; ப்ரெண்ட் பெர்லினும் பால் கேயும் எழுதி 1969இல் வெளியான *அடிப்படை நிறச் சொற்கள்* (Basic Color Terms) என்னும் புத்தகம் இந்த ஆராய்ச்சியை வெகுவாக மாற்றியது. ஒவ்வொரு நிறப் பெயருக்கும் ஒரு நிலையான குவியம் இருக்கிறது என்பதை அவர்கள் கண்டறிந்தனர். இது நிறப் பெயர் ஆய்வுக் களங்களில் பொருண்மைசார் பொதுமைக் கூறுகளின் கோட்பாட்டுக்குத் தடையாக, மொழிகளுக்கு இடையே இருக்கும் நிறப் பெயர்களுக்குரிய வரைகோடுகளை தன்னிச்சையாக மொழிகள் போடும் சாத்தியத்தை நீக்கியது. இந்தப் பொதுமைக் கூறுகள் வரிசை முறையாக பொருந்தக்கூடிய விதிகள் அடங்கிய தொகுதியின் வடிவத்தை எடுத்துக் கொள்கின்றன என்று பெர்லினும் கேயும் வலியுறுத்தினார்கள்:

விதி 1
எல்லா மொழிகளிலும் கருப்பு, வெள்ளை ஆகிய நிறங்களுக்குச் சொற்கள் உண்டு.

விதி 2
ஒரு மொழியில் நிறங்களுக்கு மூன்று பெயர்கள் மட்டும் இருந்தால் மூன்றாவது சொல் சிவப்பு நிறத்திற்கு இருக்கும்.

விதி 3
ஒரு மொழியில் நிறங்களுக்கு நான்கு பெயர்கள் மட்டுமே இருந்தால் நான்காவது சொல் பச்சை அல்லது மஞ்சள் நிறத்திற்கு இருக்கும்.

இன்னொரு விதமாகச் சொன்னால் மூன்றாவது விதியில் கூறப்பட்டிருக்கும் மொழியை விடச் சிக்கலான மொழியில் மட்டுமே சிவப்பு, ஆரஞ்சு, மஞ்சள் அல்லது பச்சை, நீலம், ஊதா ஆகிய நிறங்களை வித்தியாசப்படுத்தும் சொற்கள் இருக்கும்.

பெர்லினும் கேயும் சொன்னதை ஆதரித்தவர்களும் இருந்தார்கள், எதிர்த்தவர்களும் இருந்தார்கள். இரு தரப்பாளர்களும் தங்கள் அனுபவத்தில் கிடைத்த, மறுக்க முடியாத ஆதாரங்களை பெர்லின், கேயின் ஆராய்ச்சிக்கு ஆதரவாகவும் எதிராகவும் காட்டினர். பெர்லினும் கேயும் கடைப்பிடித்த முறையில் குறைபாடுகள் என்று தாங்கள் நினைத்தவற்றைச் சரிசெய்யும் வகையில் சில ஆய்வாளர்கள் தங்கள் பரிசோதனைகளை அமைத்தனர். சிலர் அவர்களுக்கு ஆதரவளிக்கும் முறையில் நிறப் பெயர்களை ஆராயும் முறைகளில் சில திருத்தங்களைக் கொண்டுவந்தனர். பெர்லினோடு முதலில் செய்த ஆய்வு வெளிவந்து பத்து ஆண்டுகளுக்குப் பிறகு கே இன்னொருவரோடு ஆய்வு செய்து, நிறத்தைக் குறிக்கும் சொற்களின் கட்டமைப்பு உடற்செயலியல் ரீதியான, நிர்ணயிக்கப்படும் தோற்றப்பாடு (phenomenon) என்ற முடிவுக்கு வந்தார். இதனால் இந்த ஆய்வுக்களத்திலுள்ள பொருண்மைசார் பொதுமைக் கூறுகளின் சாத்தியம் வலுப்பெறுகிறது. பெர்லின்-கேயின் முடிவுகள் பற்றிய விவாதங்கள் நாற்பது ஆண்டுகளாகத் தொடர்ந்து நடைபெற்று வருகின்றன.

மொழிகளுக்கிடையே வித்தியாசங்கள் இருந்தாலும் புலனறிவின் பொதுமைக் கூறுகள் இருக்கும் என்ற குறிப்புரையுடன் பெர்லின்-கே கண்டறிந்த நிறச் சொற்கள் பற்றிய விதிகள், சபீர்-வோர்ஃபின் மொழிச் சார்புநிலைக் கொள்கைக்கு (Hypothesis of linguistic relativity) அறைகூவல் விடுத்தன. அமெரிக்க மொழியியலாளரான எட்வர்ட் சபீர் (Edward Sapir, 1884-1939) மனிதனுடைய 'எண்ண அச்சுகளை' (thought-grooves) அவனுடைய மொழியி லிருந்து பிரிக்க முடியாதது என்ற கருத்தை முன்வைத் தார். அவருடைய மாணவரான பெஞ்சமின் லீ வோர்ஃப் (1897-1941) இந்தக் கருத்தை முன்னெடுத்துச் சென்றார்.

'எண்ண அச்சுகள்'

EDWARD SAPIR

அவர் தம்முடைய ஆசிரியரின் உருவகத்தைக் கூர்மையாக்கி 'நமது மொழியின் அமைப்பு நாம் உலகத்தைப் புலனறியும் வழியை நிர்ணயிக்கிறது' என்றார். இது சபீரின் இரத்தினச் சுருக்கமான கூற்றோடு பார்க்கும்போது சற்று மிகையானது. பின்வரும் கடைசி வார்த்தை என்னும் பகுதியில் மொழிக்கும் உலகத்தைப் புலனறியும் வழிக்கும் உள்ள தொடர்பைப் பற்றி விட்கென்ஸ்டெயினின் பார்வையிலிருந்து இது எவ்வாறு வேறுபடுகிறது என்பதைக் கூர்ந்து கவனியுங்கள்:

மொழிச் சார்புநிலைக் கொள்கை சபீர்-வோர்ஃபிடமிருந்து தொடங்கவில்லை. அவர்களுக்குப் பல நூற்றாண்டுகளுக்கு முன்னரே மொழி, மனம், புலனறிவு, பண்பாடு ஆகியவற்றுக்கிடையே உள்ள உறவைப் பற்றி பல அறிஞர்கள் சிந்தித்திருக்கிறார்கள். அவர்களில் முக்கியமானவர் பதினெட்டாம் நூற்றாண்டில் ஜெர்மனியில் அரசியல் வல்லுநராகவும் தத்துவவாதியாகவும் மொழி வல்லுநராகவும் திகழ்ந்த வில்கம் வான் ஹம்போல்ட் *(1767-1835)*.

12
மொழியியலும் அதற்கு அப்பாலும்

அமைப்பியத்திலிருந்து பின்அமைப்பியத்திற்கு

மொழியைக் கட்டமைக்கப்பட்ட ஓர் அமைப்பாகக் காணும் மொழியியலை அணுகும்முறைக்கு அமைப்பியம் (அல்லது அமைப்புவாதம்) என்று அழைக்கப் படுகிறது. இருபதாம் நூற்றாண்டு வரை மொழியானது ஒலிகள், உருபுகள், சொற்கள் ஆகியவற்றின் தொகுதி என்ற கருத்தே மொழியியலாளர்களிடம் நிலவியது. இருபதாம் நூற்றண்டின் தொடக்கத்தில் சுவிட்சர்லாந்தைச் சேர்ந்த ஃபெர்டினான்ட் டி சசூர் மொழியியலுக்குப் புதிய அணுகுமுறையையும் ஆய்வு முறையையும் கொண்டுவந்தார். இந்த நூலின் முந்தைய பகுதியில் அவருடைய ஆக்கங்களைப் பற்றி நாம் பலமுறை குறிப்பிட்டிருக்கிறோம். அவருடைய *பொது மொழியியல் பாடம்* (Course in General Linguistics) என்னும் நூல் மொழியை ஒரு கட்டமைப்பாகப் பார்ப்பதே சிறந்த வழி எனக் காட்டியது.

SWISS GENIUS SAUSSURE

மொழியின் ஒவ்வொரு கூறும் எவ்வாறு பிற கூறுகளோடு உறவு கொண்டிருக்கிறது என்று பார்ப்பதற்கு அவர் முக்கியத்துவம் அளித்தார். ஏனெனில் இது முழுப் படத்தையும் ஒருபோதும் பார்க்காத முன்னாள் மொழியியலாளர்கள் செய்த ஏராளமான பிழைகளைச் சரிசெய்வதற்கான ஒரு வழியாக அவர் இதைப் பார்த்தார். சசூரின் இந்த ஆய்வுமுறை அமைப்புவாதம் *(அல்லது அமைப்பியம்)* என்று அழைக்கப் பட்ட போதிலும் சசூர் இந்தச் சொல்லைப் பயன்படுத்த வில்லை; பொது மொழியியல் பாடம் என்னும் அவருடைய

JACQUES DERRIDA

நூலிலும் ‘கட்டமைப்பு’ என்னும் சொல்லுக்கு அவ்வளவு முக்கியத்துவம் இல்லை.

சசூரின் பாடங்களிலிருந்து அமைப்பியம் காலப்போக்கில் ஐரோப்பிய அறிஞர்களிடையே மொழியியலுக்கான முனைப்பான அணுகுமுறையாக மேலெழுந்தது. அமெரிக்காவிலும் எட்வர்ட் சபீர், லியோனார்டு புளூம்ஃபீல்டு ஆகியோர் தலைமையில் மொழியியலுக்கு அமைப்புவாதி களின் திசையமைவு உருவாகியது. ஆனால், சசூரின் அசலான பாடங் களிலிருந்து இது குறிப்பிடத்தக்க வேறுபாடுகளைக் கொண்டிருந்தது.

அமெரிக்காவின் புகழ்பெற்ற தத்துவ மேதையும் கணிதவியலா ளரும் புவிப்பரப்பு குவிமாடத்தைக் (Geodesic dome) கண்டுபிடித்தவருமான பக்மினிஸ்டர் ஃபுல்லர், ‘கிறிஸ்துவின் சீடர்கள், அவரது வீரியமிக்க போதனைகளை உலகம் முழுவதும் பல மொழிகளுக்கு எடுத்துச் சென்று புதிய அர்த்தங்களை ஏற்றினார்கள்’ என்று ஒருசமயம் கூறினார். இதைப் போலவே மொழியியலின் தாத்தா ஃபெர்டினான்ட் டி சசூர் முன்வைத்தக் கொள்கைகளை ழாக் தெரிதா பயன்படுத்தி, எளிய மொழியில் விளக்கிய போது நிகழ்ந்தது என்று பலரும் நம்புகிறார்கள். அமைப்பியத்தில் உணரப் பட்ட குறைபாடுகளை சரிசெய்வதற்கான முயற்சியின் விளைவாக பின்அமைப்பியம் உருவானது. தெரிதாவை பின்அமைப்பியத்தை *(இதைக் ‘கட்டுடைத்தல்’ என்றும் சொல்வார்கள்)* நிறுவியவர் என்பது பொதுவாக ஏற்றுக்கொள்ளப்படுகிறது.

தெரிதா, சசூரின் கோட்பாட்டில் மூன்று பலவீனங்கள் உள்ளன என்று வாதிடுகிறார்: சசூர் கொண்டிருந்த மொழியின் லட்சியவாதம், அவர் பேச்சு மொழிக்குக் கொடுக்கும் அழுத்தம், மொழியின் இயல்புகளை விளக்குவதற்கு அவர் பயன்படுத்தும் இணை முரண்கள் (binary opposition) ஆகியவையாகும். மொழி அர்த்தங்களை உருவாக்கவில்லை; அது ஏற்கனவே உள்ள அர்த்தங்களை வெளிக்கொணர்கிறது என்பது லட்சியவாதத்திற்கு (Idealism) தெரிதா தரும் பொருள். மொழி-அமைப்பு ஒலிக்கும் சிந்தனைக்கும் இடையே தொடர்பை ஏற்படுத்துகிறது என்ற சசூரின் மையக் கருத்தை தெரிதா புறந்தள்ளுகிறார். ஒலி, சிந்தனை ஆகிய இரண்டும் வடிவமற்றவை; அவை இணைந்தும், குறிகள் என்று அழைக்கப்படும் அந்த இணைவுகளின் உருவாக்கத்தின் மூலமும் ஒரு வடிவத்தை அடையும் வரை, ஒலிக்கும்

சிந்தனைக்கும் தனி வடிவம் கிடையாது என்று சசூர் கூறினார். இந்தக் கருத்தில் 'ஏற்கனவே உள்ள அர்த்தங்கள்' எதுவும் இல்லை என்று தெரிதா நம்புகிறார்.

தெரிதாவுக்கு சசூரைப் போலவே குறிகளின் *வேற்றுமை* (difference) முக்கியமான கருத்து. இதற்குத் துணைக் கருத்தான சசூரின் இரு குறிகளுக்கு இடையே உள்ள எதிர்நிலை (opposition) என்ற கருத்தைத் தெரிதா ஏற்றுக் கொள்ளவில்லை. ஆனால் சசூரின் குறிகளின் *அமைப்புமுறை* (system) என்னும் கருத்தை தெரிதா ஏற்றுக்கொள்கிறார். வேற்றுமை, அமைப்புமுறை ஆகிய இரண்டு கருத்துகளையும் அடிப்படையாக வைத்து, தெரிதா *முன்னுள்ள பிரதி அல்லது தொல்பிரதி* (arche-writing) என்ற கருத்தை உருவாக்குகிறார். வேற்றுமைகளைக் கொண்டு அமைந்த, எழுத்துக்கும் பேச்சுக்கும் பொதுவான, அமைப்புமுறை தெரிதாவினுடையது. சசூர் இந்த அமைப்புமுறையை ஏற்றுக்கொள்ளாததற்குக் காரணம் அவர் எழுத்து மொழி பேச்சு மொழியின் பிரதிபலிப்பே என்று சொல்லி அதற்கு முக்கியத்துவம் கொடுக்காததே என்று தெரிதா நினைக்கிறார். சசூர் எழுத்து மொழிக்கு முக்கியத்துவம் கொடுக்க வில்லை என்றால் அதற்குக் காரணம் இருக்கிறது. மொழியியலுக்கு ஒரு புதிய அணுகுமுறையை வளர்த்தெடுப்பதே அவருடைய நோக்கமாக இருந்தது. அவருக்கு முந்தைய காலத்தில் மொழியைப் பற்றிய அறிவில் தவறுகளும் குழப்பங்களும் இருந்தன. இதற்குக் காரணம் அந்தக் கால மொழியியலாளர்கள் பிரதிகளின் எழுத்து மொழியை மட்டும் ஆராய்ச்சிக்கு எடுத்துக்கொண்டதே என்று சசூர் நினைத்தார்.

சசூர் மொழியின் அலகுகள் ஒன்றின் இடத்தில் ஒன்று வரும் உறவு (வாய்ப்பாட்டு உறவுகள் அல்லது இணை உறவுகள் அல்லது அடுக்குமுறை உறவு), ஒன்றை அடுத்து ஒன்று வரும் உறவு (தொடர்பாட்டு உறவு அல்லது உறுப்பமைவு உறவு) போன்ற சொற்களின் விரிவுநிலை இணைகளின் உறவுகளைக் கொண்டிருக்கின்றன என்று காட்டினார். இதைத் தெரிதா மறுக்கிறார். சசூரின் இந்த இணை உறவு இன்னும் அடிப்படையான உறவான *இருப்பது* (presence)

அல்லது இல்லாதது (absence) அதாவது, +, - என்ற இணையிலிருந்து பிறந்தது. இந்த இணையையும் தெரிதா மறுக்கிறார் (எடுத்துக்காட்டாக, 'அவன் படம் பார்த்தான்' என்ற தொடரில் முதல் இடத்தில் 'நான்', 'தம்பி', 'குமார்' என்ற சொற்கள் வரலாம்; இரண்டாவது இடத்தில் 'வீடு', 'என்னை' என்ற சொற்கள் வரலாம்; மூன்றாவது இடத்தில் 'காட்டினான்', 'பார்க்கிறான்' என்ற சொற்கள் வரலாம். இது ஒன்றின் இடத்தில் ஒன்று வரும் உறவு. இந்தத் தொடரில் முதல் சொல்லை அடுத்து 'படம்' என்ற சொல்லும், அதை அடுத்து 'பார்த்தான்' என்ற சொல்லும் ஒன்றை அடுத்து ஒன்று வரும் உறவு).

தெரிதா செய்தது போல், சசூரின் இணைகளை (இரட்டைகளை அல்லது இருமைகளை) மொழிக் கோட்பாட்டிலிருந்து நாம் நீக்கத் தேவை இல்லை. ஏனெனில், சசூரே ஒன்றின் இடத்தில் ஒன்று வரும் உறவும் (paradigmatic), ஒன்றை அடுத்து ஒன்று வரும் உறவும் (syntagmatic) ஒன்றோடொன்று ஊடாடுகின்றன (அவை தனித்தனியே நிற்கும் உறவுகள் அல்ல) என்று கூறி அவர் தம் பாடத்தை முடிக்கிறார். அவை இரண்டும் தனித்தனியாக வரையறுக்கப்படுகின்றன. ஆனால் அவை ஒன்றையொன்று சார்ந்து இயங்குகின்றன. வரையறைகள் குறிப்பாக குறிப்பான் (signifier) களின் (பின்அமைப்பியவாதிகளின் பார்வையின்படி இது ஒரு இயல்பான நிலை) முடிவற்ற விளையாட்டுக்கு ஆளாவதால் சசூரிய மொழியியலின் வரையறைகளின் தற்காலிகமான, தன்னிச்சையான நிலையை எதிர்ப்பதில் எந்த அர்த்தமும் இல்லை. சசூர் தாமே இணைகளுக்கு (இருமைகளுக்கு) அப்பால் செல்கிறார். அந்த வகையில் தெரிதாவுக்கு அரை நூற்றாண்டுக்கு முன்பே சசூரே அமைப்பியத்தைக் கட்டுடைக்கிறார் என்று சொல்லலாம்!

கடைசி வார்த்தை

விட்கென்ஸ்டெய்ன் உலகத்தின் எல்லைகளே மொழியின் எல்லைகள் என்றார். கனடாவின் மாபெரும் இலக்கிய விமரிசகர் நார்த்ரோப் ஃப்ரை (Northrop Frye) இந்தக் கருத்தை ஒட்டி, ஒரு மொழியைப் படிப்பதற்குச் சிறந்த காரணம் என்னவென்றால், அது பிறந்ததிலிருந்து நாம் பேசிய மொழி என்பதைத் தவிர, நம் சிந்தனைப் போக்குகளைத் தோலுரித்துப் பார்க்க உதவும் என்பதுதான். இப்படிப் பார்ப்பதை அவர் 'நம்முடைய தாய்மொழியின் தொடரியலைச் சுற்றியிருக்கும் மேலாடை' என்று அழைத்தார். இந்த நூலின் தொடக்கத்தில் நாம் பயன்படுத்திய மேற்கோளில், ஓக்டென் நாஷ் கூறிய 'எப்போதும் ஒரு புதிர் நிறைந்த உணர்வை' நாம் கடந்து வந்தால், நாம் உலகத்தை எப்படிப் புரிந்துகொள்கிறோம் என்பதையும்கூட மொழியியலின் மூலம் விளங்கிக் கொள்ளலாம்.

இப்போது மொழியியலின்
'புதிர் நிறைந்த உணர்வை'
விட்டு மேலே செல்லுங்கள்!

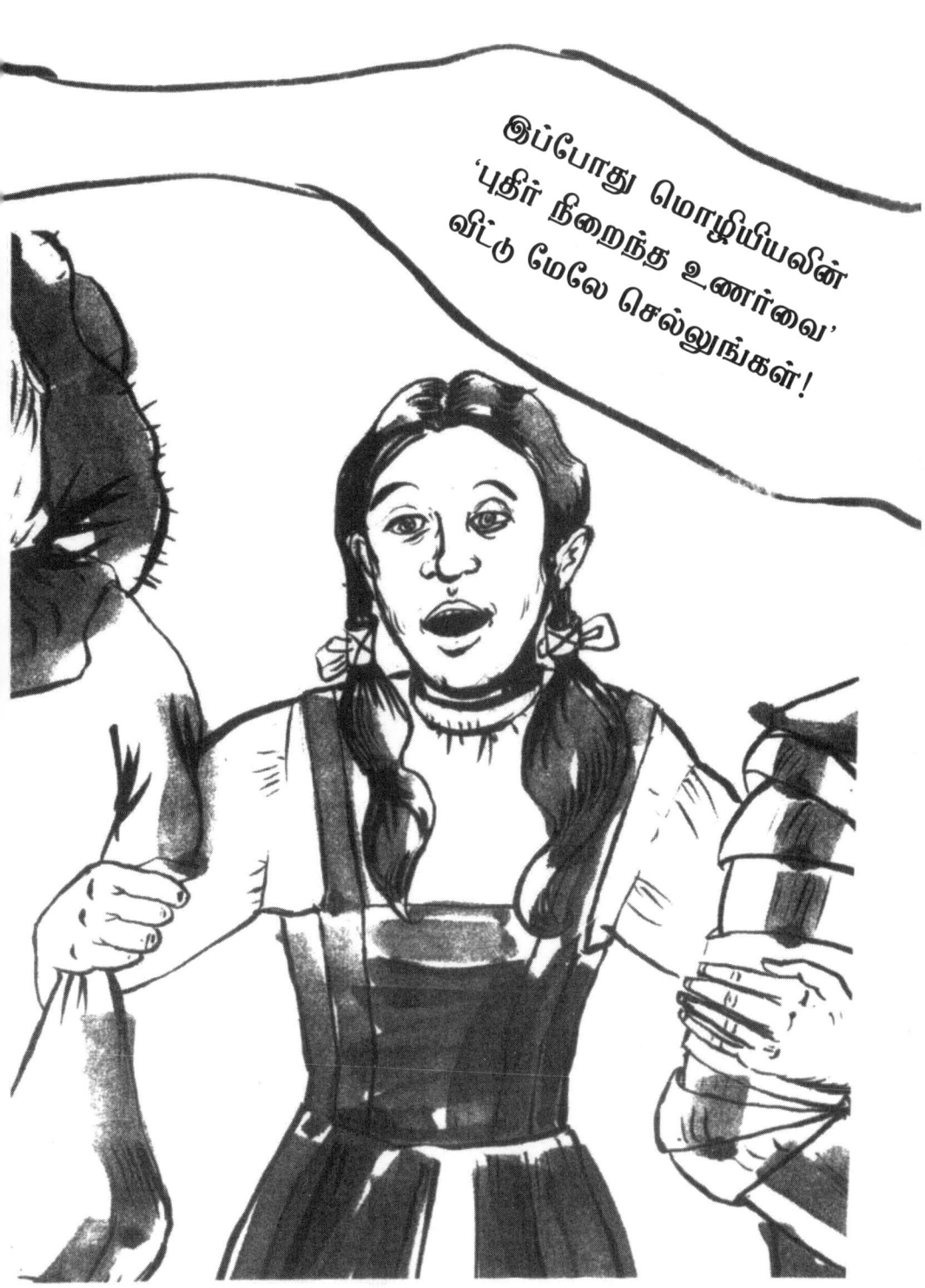

பின்னிணைப்புகள்

I

வாருங்கள் எண்களை எண்ணுவோம்

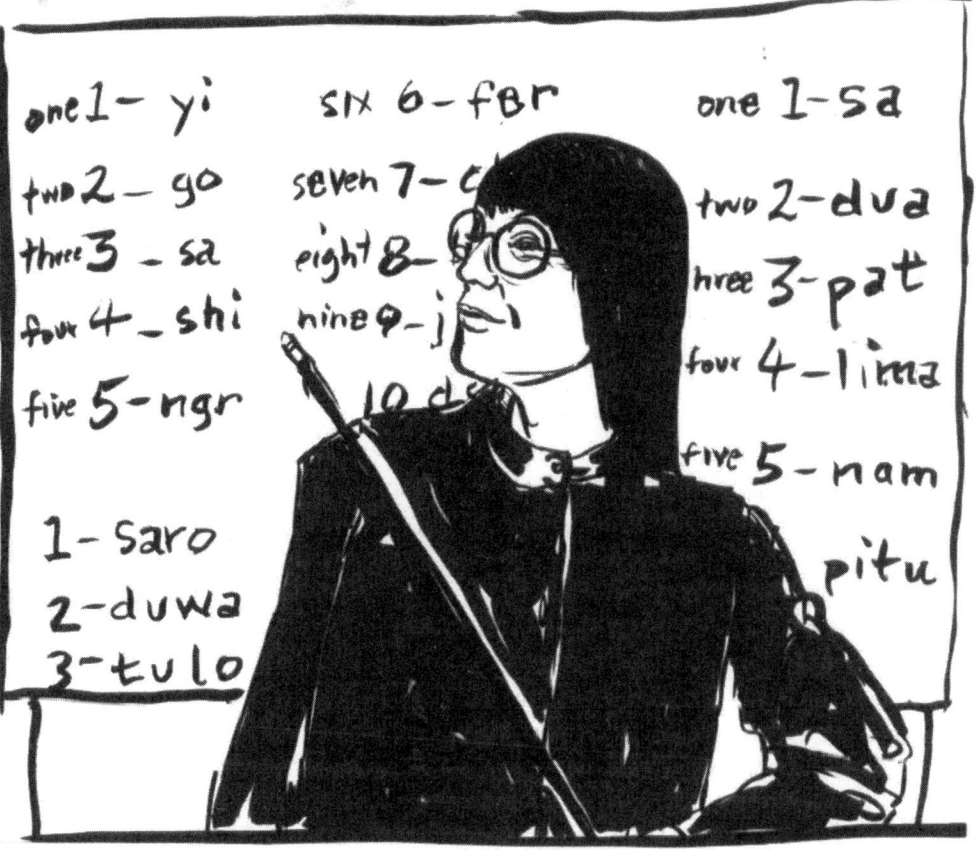

மொழியியலில் தொடக்கநிலையினராக இருப்பவர்கள் முதலில் செய்ய வேண்டிய பொதுவான சடங்குகளை இங்கே பார்ப்போம்: பல மொழிகளில் ஒன்று முதல் பத்து வரையிலான எண்களைப் படித்தல். இந்தச் சிறிய பயிற்சி, மொழியைப் பற்றிப் பெரிதாக ஒன்றும் கூறவில்லை என்றாலும், உலகில் உள்ள பல மொழிகள் எப்படி வெவ்வேறாக இருக்கின்றன என்பதையும், தெரியாத மொழிகளைக் கேட்கவும் உச்சரிக்கவும் எழுத்துருவில் வடிக்கவும் மாணவர்கள் கற்றுக்கொள்ள இது சிறந்த வழி என்று மொழியியலைக் கற்பிப்பவர்கள் கருதுகிறார்கள்.

நீங்கள் இதற்குள் ஒலிகளை எழுத்தில் வடிக்கும் திறனைப் பெற்றிருக்க மாட்டீர்கள். அதனால், எடுத்துக்காட்டுகள் வழக்கமான தமிழ் எழுத்துக்களில் கொடுக்கப்பட்டிருக்கின்றன. இதனால் சொற்களின் உச்சரிப்பு துல்லியமாக இல்லாமல் இருக்கலாம்.

ஒன்று முதல் பத்து வரை எண்கள்

பாய் (சீனா)

இ, கோ, சா, சி, நகுர், ஃபர், ஷி, பியா, ஜியூ, டிசர்

பாலினீஸ் (இந்தோனேசியா)

சா, த்வா (அல்லது காலிஹ்), தலு (அல்லது டிகா), பாட், லிமா, நாம், பீடூ, குடுஸ் (உலு), சிய, டச

உக்ரேனியன் (உக்ரேன்)

ஓடின், த்வ, ட்ரை, செட்டிரி, பியாட், செஸ்ட்ஸ், சியம், வோசியம், டேவியட்ஸ், டேசியட்ஸ்

பிகோல் (பிலிப்பைன்ஸ்)

சரோ, டுவா, டுலோ, அபாட், லிமா, அனோம், பீடோ, வாலே, சியாம், சம்புலோ

பிஸ்லாமா (வனுவடா முன்னாள் நியூஹெப்ரைட்ஸ்)

வான், டூ, ட்ரி, ஃபோ, ஃபயவ், சிகிஸ், செவன், எட், நயன், டென்

வல்ஷ் (வேல்ஸ்)

உன், டவ்/ட்வி, ட்ரி/டைர், பெட்வார்/பெடைர், பம்ப், க்வெச், சைத், வைத், நவ், டெக்

மஞ்சு (வடகிழக்கு சீனா)

ஈமு, ஜுவே, இலன், டுயின், சுன்ஜா, நிக்குன், நாடன், ஜாகோன், உயூன், ஜுவான்

II

ஆங்கில நெடுங்கணக்கின் வரலாறு

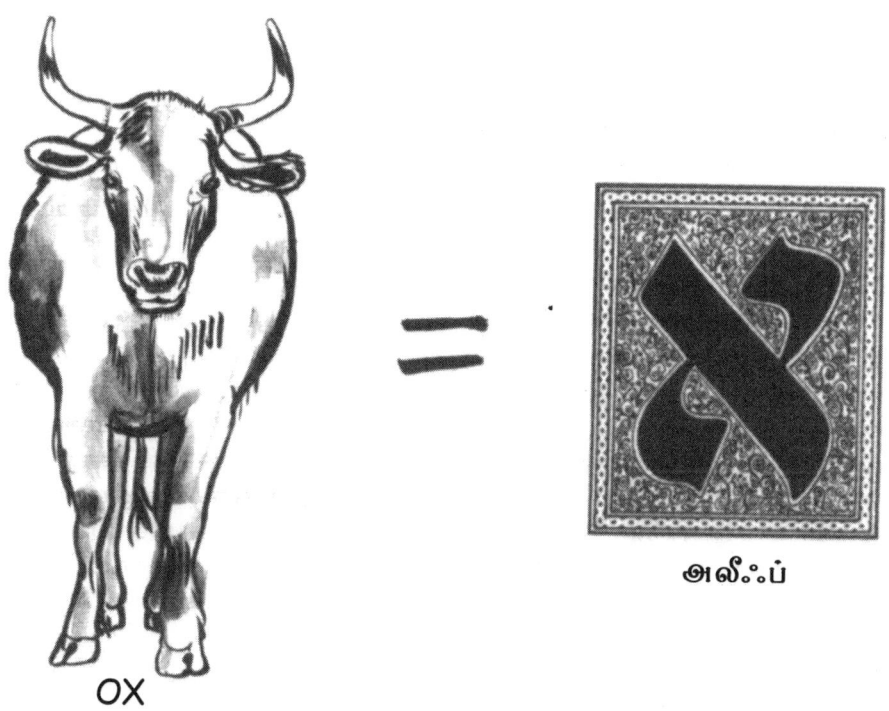

OX

=

அலீஃப்

வரலாற்று ரீதியாக, A/a என்பது ஆப்பிளைக் (apple) குறிப்பதல்ல; அது காளை மாட்டைக் (OX) குறிப்பது. அது எப்படி? மிகப் பழமை வாய்ந்த மூல சினாய் மொழியிலிருந்து (Proto-Sinaitic) கிரேக்க நெடுங்கணக்கு பெறப்பட்டது. கிரேக்க நெடுங்கணக்கிலிருந்து லத்தீன் நெடுங்கணக்கு பெறப்பட்டது. ஆங்கில நெடுங்கணக்கு லத்தீனிலிருந்து பெறப்பட்டது. அதில் A/a காளைமாட்டின் படத்தைக் குறிக்க வந்தது. இந்த வரலாற்றுக்கிடையில் போனிஷியனும் (Phoenician) ஹீப்ரூவும் (Hebrew) வந்தன. இந்த இரண்டு மொழிகளிலும் நெடுங்கணக்கு OXஇல்தான் ஆரம்பிக்கிறது [இது போனீஷியனில், அலீஃப் (aleph), ஹீப்ருவில் அலெஃப் (aleph) அல்லது அலுஃப் (aluph)]. விவசாயம் சார்ந்த சமூகத்தில் காளை மாடு முக்கியம் என்ற வகையிலும் பலத்தைக் குறிக்கும் சின்னம் என்ற வகையிலும் காளை மாடு நெடுங்கணக்கில் முதல் இடம் பெற்றது. முதல் எழுத்தின் வடிவம் மாட்டின் கொம்புகள் போன்று இருந்தது. மாட்டின் நேர் கொம்புகள், அலீஃப் என்பது கிரேக்க மொழியில்

121

இடது பக்கம் திரும்பி *alpha* (α) என்று மாறியது. பின் லத்தீனில் மேல் பக்கம் சாய்ந்து Aஆக மாறியது.

Bஇன் கதை என்னவென்றால் மூல சினாய் மொழியில் bayitஆக (இதற்கு வீடு என்று அர்த்தம்) ஆரம்பித்து, போனிஷியனிலும் ஹீப்ரூவிலும் bethஆகி (இதற்கும் வீடு என்று அர்த்தம்) கிரேக்கத்தில் ß (beta) ஆனது. முதலில் நேராக இருந்த வீட்டின் நேரான கோடுகள் வட்டங்களும் வளைவுகளுமாக மாற, betaஉம் திசை மாறியது.

ஆனால் ஹீப்ரூவிலிருந்து கிரேக்க மொழிக்குப் போன போது நடந்த மிகப்பெரிய மாற்றம் என்னவென்றால் எழுத்து தன் அர்த்தத்தை இழந்தது. கிரேக்க மொழிக்கு வந்ததிலிருந்து ஆங்கில நெடுங்கணக்கில் உள்ள எழுத்துக்களின் பெயர்கள் எழுத்துகளை மட்டும் குறித்தன. பழைய நெடுங்கணக்கில் இருந்தது போல், Ox, House, Camel, Door போன்ற அன்றாட வாழ்க்கையில் இருந்த பொருள்களின் வடிவங்களும் பெயர்களும் எழுத்துகளைக் குறிக்கப் பயன்படவில்லை.

புதிய நெடுங்கணக்கில் நேர்ந்த பெரிய மாற்றம் எழுத்துகளுக்கு மிகுந்த ஆற்றலைக் கொடுத்தது. நாம் உலகில் பார்ப்பதை நினைவுபடுத்தும் Ox, house போன்ற பொருள்கள் மறைந்து, நெடுங்கணக்கின் முழுகவனமும் மொழி மீதே திரும்பியது. ஒருபக்கம், முதலில் எழுத்துகளோடு இணைக்கப் பட்டிருந்த பொருள்களின் பெயர்களின் அர்த்தங்கள் வழக்கொழிந்தன; அந்தப் பெயர்களின் முதலெழுத்தின் ஒலிகளைக் குறித்தன. மறுபக்கம், பொருளிலிருந்து விடுபட்ட எழுத்துகள் சுதந்திரமாக மற்ற எழுத்துகளோடு சேர்ந்து சொற்களை உருவாக்கின.

III

பெண்களின் எழுத்து

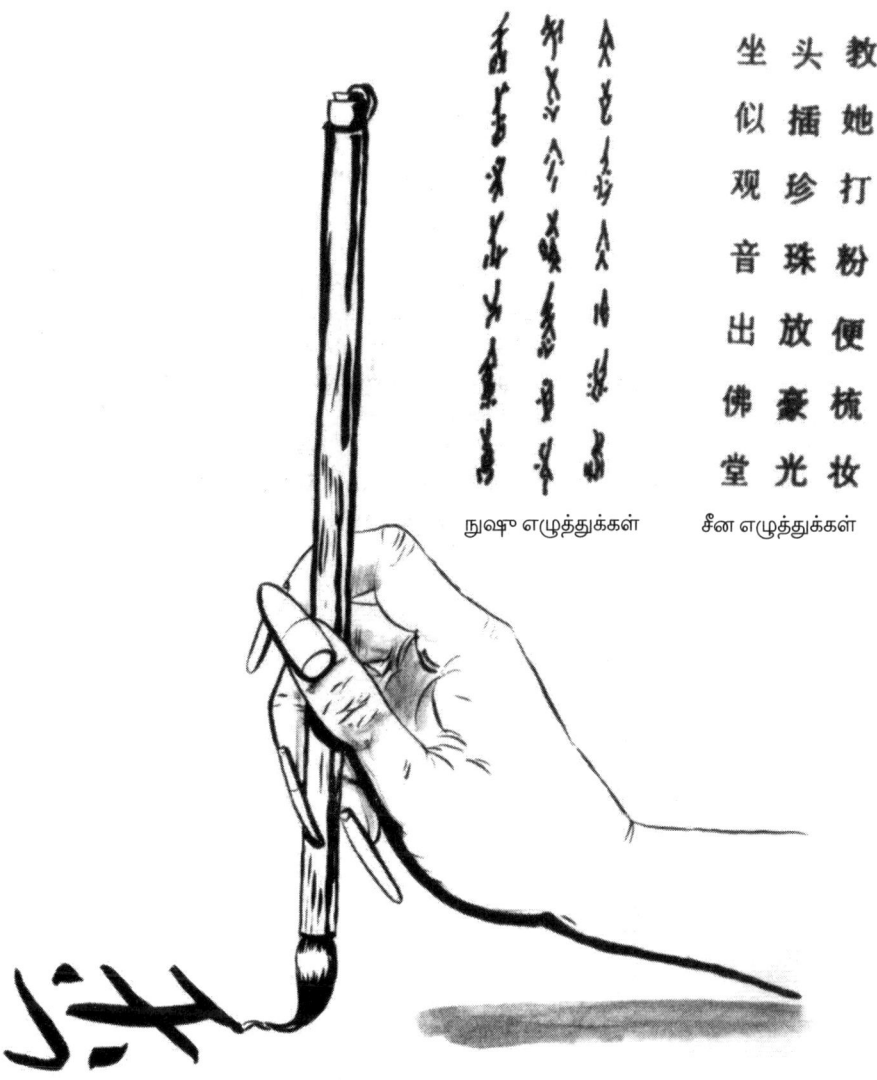

நுஷு எழுத்துக்கள்   சீன எழுத்துக்கள்

தென் சீனாவிலுள்ள ஜியாங்யாங் என்னும் நகரத்துப் பெண்கள் ஒரு அசாதாரணமான இரகசியத்தைப் பண்டைய காலத்து சாங் அரச பரம்பரை காலத்திலிருந்து பாதுகாத்து வந்தனர். ஒரு அரசரின் அந்தப்புரப் பெண்களில்

ஒருத்தி தன்னுடைய தனிமைத் துயரை வெளிப்படுத்தித் தன் சகோதரிகளுக்கு எழுதவும், ஆண்களிடமிருந்து அதை மறைக்கவும் நுஷு (nushu) என்ற எழுத்து முறையைக் கண்டுபிடித்ததாக ஒரு புராணக் கதை கூறுகிறது. கி.மு. 221இல் சீனாவை ஒருங்கிணைத்த அதன் முதல் பேரரசரான க்வின் ஷிஹுயாங்கின் காலத்திற்கு முற்பட்ட சீன லிபியோடு நுஷூ தொடர்புடையது.

சீனாவை இணைக்கும் நோக்கத்தில் கின், அந்தந்த இடங்களில் இருந்த எழுத்து மொழிகளை அழித்தான்; புது எழுத்து மொழியை உருவாக்குபவர் களுக்கும் அவருடைய குடும்பத்திற்கும் அதோடு தொடர்புடைய ஒன்பது குடும்பங்களுக்கும் மரண தண்டனை விதித்தான். ஆனால், நுஷு அதிகாரி களின் கவனத்திற்கு வராமல் தப்பித்தது. ஏனென்றால் பெண்களுக்கும் அவர்களுடைய நடவடிக்கைகளுக்கும் அதிகார அந்தஸ்து இல்லையாதலால் இரகசிய எழுத்துமுறை தொடர்ந்து இருந்தது. இன்றைய சீனப் பெண்களுக்கு படிக்கவும் வேலைசெய்வதற்குப் பல இடங்களுக்குச் செல்வதற்கும் சுதந்திரம் கிடைத்து, பல நூற்றாண்டுகளாகப் பெண்களுக்கிடையே வலிமையான பந்தத்தைக் கொடுத்த ஒரு எழுத்துமுறை வழக்கற்றுப் போயிற்று. (நுஷுவில் உள்ள ஒரு பழமொழி இது: கிணற்றுப் பக்கத்தில் பெண்களுக்குத் தாகம் எடுக்காது; சகோதரிகளுக்குப் பக்கத்தில் கவலை வராது). நுஷுவை யாரும் படிக்க விரும்பவில்லை. ஆதலால், ஜியாங்யாங்கில் இதை அறிந்திருந்த கடைசி மூன்று பெண்களும் அதை யாருக்கும் கற்றுக்கொடுக்கவில்லை. இந்த ஆக்கங்களை பாதுகாக்கும் சவாலை சந்திப்பதற்கு ஓர் அர்ப்பணிப்புள்ள வல்லுநர் வந்தாலும்கூட நுஷு ஒரு மொழிசார் புதைபடிவமாக (linguistic fossil) ஆகிவிடும்.

IV

வரலாற்று மொழியியல்

வரலாற்று மொழியியல் மொழியில் மாற்றங்களை ஆராய்கிறது. இந்த ஆராய்ச்சி பதினெட்டாம் நூற்றாண்டின் கடைசியில் தொடங்கியதாகக் கூறப்படுகிறது. லத்தீன், கிரேக்கம், பழைய சம்ஸ்கிருதம் ஆகிய

மொழிகளுக்கிடையே இருந்த, அதுவரை கவனிக்கப்படாமல் இருந்த, ஒற்றுமைகளை வில்லியம் ஜோன்ஸ் (1746-1794) ஆவணப்படுத்தினார். இவர் வேல்ஸ் இளவரசியாக இருந்த டயானாவின் முன்னோர்களுக்குக் கல்விப் பயிற்சி அளித்தவர்.

இதுதான் விரிந்த இந்தோ-ஐரோப்பிய மொழிக் குடும்பத்தைச் சேர்ந்த மொழிகளை வரையறுத்து விவரித்ததன் முதல் படி. இந்த மொழிக் குடும்பம் இரண்டு கண்டங்களின் பெயரைக் கொண்டிருக்கிறது. இந்தக் குடும்பத்தில் உள்ள எல்லா மொழிகளும், முதல் மனிதன் ஆதம் போல, ஒரு மொழியிலிருந்து வந்தவை. மொழிகளை வகைப்படுத்துவதிலும் அவற்றை ஒப்பிடுவதிலும் கவனம் செலுத்திய வரலாற்று மொழியியல் சசூர் காலம் வரை மொழியியலில் முன்னணியில் இருந்தது. மொழியின் வரலாற்று ஆய்வுகளும் மொழியின் கட்டமைப்பு பற்றிய ஆய்வுகளும் சமமாக இருக்க வேண்டும் என்றார் சசூர். அவர் அறிவுறுத்திய இந்தச் சமநிலை ஆய்வுக்குப் பதிலாக இருபதாம் நூற்றாண்டு மொழியியலாளர்கள் மொழி பற்றிய ஆராய்ச்சியில் அதிகக் கவனம் செலுத்தினர். ஆனால் இன்று மொழி மாற்றத்தை விளக்கும் கோட்பாடுகளை அறியும் ஆராய்ச்சிக்கு வலு ஏற்பட்டிருக்கிறது; குறிப்பாக, மொழியியலாளர்கள் மொழி வேறுபாடுகளுக்கும் மொழி மாற்றங்களுக்கும் உள்ள தொடர்பை ஆராய்ந்து வருகிறார்கள் (இந்த நூலில் உள்ள 'புவிசார் மொழியியல்' என்னும் பகுதியைப் பாருங்கள்).

V

ஒலி நெடுங்கணக்கு அட்டவணை *

உலகில் பல மொழிகள் பேசப்படுகின்றன. அவற்றில் சில மொழிகளுக்கு எழுத்துகள் உள்ளன. பல மொழிகள் எழுத்து வடிவம் பெறாமல் பேச்சு வழக்கிலேயே உள்ளன. மொழியியல் என்ற அறிவியல் மொழிகளின் அமைப்பை விவரிப்பதைக் குறிக்கோளாகக் கொண்டது.

ஆகையால், மொழியியல் ஒரு மொழியின் அமைப்பைக் கண்டுபிடிப்ப தற்குரிய கோட்பாட்டையும் அம்மொழியின் ஒலிகளை அனைத்துலக அடிப்படையில் எழுதுவதற்குரிய ஒலிகளின் நெடுங்கணக்கையும் கொண்டிருக்க வேண்டும்; ஒரு மொழியின் தரவுகளை அடிப்படையாகக் கொண்டு அம்மொழியில் உள்ள ஒலிகளையும் பின்னர் சில கொள்கைகளின் பின்புலத்தில் அம்மொழியின் அடிப்படை ஒலியன்களையும் கண்டுபிடிக்க வேண்டும். உலகில் உள்ள மொழிகளின் அமைப்பை ஆராயும் மொழியியலார் மொழியில் உள்ள ஒலிகளை உச்சரிக்கவும் அவ்வொலிகளைக் கேட்டுணரவும் பயிற்சி பெற வேண்டும். அத்தேவையை நிறைவேற்ற மொழியியலார் அனைத்துலக நிலையில் ஒலிகளின் நெடுங்கணக்கைத் தயாரித்தார்கள் (International Phonetic Alphabet). எந்த மொழியை ஆராய்ந்தாலும் மொழியியலார் இந்த அட்டவணையைப் பயன்படுத்திதான் அந்த மொழியின் தரவுகளைச் சேகரிக்க வேண்டும். எந்த ஒரு தனி மொழியின் நெடுங்கணக்கையும் பயன்படுத்தக்கூடாது. வேதியியலில் சூத்திரங்களை எழுத எப்படி அனைத்துலக நிலையிலான குறியீடுகளை வேதியியலார் பயன்படுத்துகிறார்களோ அதேபோல் மொழியியலார் அனைத்துலக ஒலி நெடுங்கணக்கைப் பயன்படுத்துகிறார்கள். இது மொழியியல் ஆய்வின் ஆரம்பப் படியாகவும் முதல் படியாகவும் இருக்கிறது.

உயிர் ஒலிகள்

பொதுவாக, ஒலிகளை உயிர் (vowel) என்றும் மெய் (consonant) என்றும் ஒலியியலார் வகைப்படுத்துகிறார்கள். நெடுங்கணக்கு அட்டவணைகளும் இரண்டாக அமைகின்றன. உயிர் ஒலிகளைப் பொறுத்தவரை மூன்று

* இந்தக் கட்டுரையை இந்த நூலுக்காக எழுதியவர் கி. அரங்கன். இது மூலத்தில் இல்லை. அதில் அனைத்து மொழிகளுக்கும் பயன்படுத்தக்கூடிய ஒலிக்குறிகளே உள்ளன.

செய்திகள் முக்கியமானவை:

உயிர் ஒலிகளை உண்டாக்கும்போது நாவின் எந்தப் பகுதி (முற்பகுதி, பிற்பகுதி) இயங்குகிறது என்பது முதல் செய்தி.

நா மேல் நோக்கிப் போகிறதா அல்லது கீழ் நோக்கிப் போகிறதா என்பது இரண்டாவது முக்கிய செய்தி.

இவ்வொலிகளை உண்டாக்கும்போது உதடுகள் குவிந்த நிலையில் உள்ளனவா அல்லது விரிந்த நிலையில் உள்ளனவா என்பது மூன்றாவது முக்கிய செய்தி.

நாம் தமிழில் உள்ள உயிர் ஒலிகளைக் கொண்டு இதனை விவரிப்போம். தமிழில் உள்ள *இ, ஈ, எ, ஏ* ஆகிய ஒலிகளை முன்னுயிர்கள் (front vowels) என்று மொழியியலார் கூறுவார்கள். இவ்வொலிகளை உண்டாக்க நாவின் முன் பகுதி வாயின் மேல் பகுதியை நோக்கி எழுகிறது.

உ, ஊ. ஒ, ஓ ஆகிய உயிர் ஒலிகளை உண்டாக்க நாவின் பின்பகுதி வாயின் மேல் பகுதியை நோக்கி எழுகிறது. இவற்றைப் பின்னுயிர்கள் (back vowels) என்று கூறுவார்கள்.

அ, ஆ ஆகிய ஒலிகளுக்கு நாவின் நடுப்பகுதி இயங்குகிறது. நா மேல் எழாமல் தாழ்ந்த நிலையில் இருப்பதால் இவற்றை நடுவுயிர்கள் (central vowels) என்பார்கள்.

இவன் *உவன்*

ஈட்டிஊட்டி

எடு *-ஒடு*

ஏடு *ஓடு*

இச்சொற்களை உச்சரிக்கும்போது இவ்வொலிகளுக்கு இடையிலான வேறுபாடுகள் தெளிவாகும். முதல் வரிசையில் உள்ள சொற்களில் முதலாவதாக வரும் ஒலிகள் முன்னுயிர்கள்;

இரண்டாம் வரிசையில் வரும் சொற்களில் உள்ள முதல் ஒலிகள் பின்னுயிர்கள்.

இரண்டாம் வரிசையின் முதல் ஒலிகள் உச்சரிக்கப்படும்போது உதடுகள் குவிகின்றன. ஆனால், முதல் வரிசையின் முதல் ஒலிகள் உச்சரிக்கப்படும் போது உதடுகள் விரிநிலையில் உள்ளன. *இவன்* என்பதில் உள்ள *இ* உச்சரிக்கப்படும்போது நாவின் முற்பகுதி மேல் உயர்ந்தும் எடு என்பதில் உள்ள *எ* உச்சரிக்கப்படும்போது நாவின் முற்பகுதி அதை விடத் தாழ்ந்து இடைநிலையிலும் உள்ளது. *அடி, ஆடு* ஆகிய சொற்களில் *அ, ஆ* என்பன அதைவிடத் தாழ்ந்தும் உள்ளது.

நாவின் ஏற்ற இறக்கத்தைக் கொண்டு உயிர் ஒலிகளை மேல் (high), இடை (mid), கீழ் (low) என்று ஒலியியலார் (phoneticians) மூன்றாகப் பாகுபடுத்துவார்கள்;

இதேபோன்று நாவின் பிற்பகுதி இயக்கத்தையும் மேல், இடை, கீழ் என்று மூவகையாகப் பிரிப்பார்கள். தமிழில் உள்ள அ, ஆ ஆகிய ஒலிகளை உண்டாக்கும்போது நாவின் நடுப்பகுதி இயங்குகிறது என்று ஒலியியலார் கூறுவார்கள்.

மெய்யொலிகள்

உயிர் ஒலிகளையும் மெய்யொலிகளையும் வகைப்படுத்தும் முக்கிய ஒலிக்கூறு ஒன்றுள்ளது. நா உயிர் ஒலிகளை உண்டாக்கும்போது வாயின் மேற்பகுதியைத் தொடுவதில்லை. நாவின் உயரம் மட்டும் மாறுபடும். ஆனால், மெய்யொலிகள் உண்டாக்கப்படும்போது நா வாயின் மேற்பகுதியைத் தொடுகிறது. மெய்யொலிகளின் பிறப்பைக் குறிப்பிடும்போதும் நாம் மூன்று செய்திகளைக் கவனத்தில் கொள்ள வேண்டும். முதலாவது, மெய்யொலிகள் பிறப்பிக்கப் படும் முறை (manner of articulation). இரண்டாவது, நாவின் எந்தப் பகுதி வாயினுடைய எந்த மேற்பகுதியைத் தொடுகிறது (point of articulation) என்பது. மெய்யொலிகள் உண்டாக்கப்படும்போது குரல்வளை மடல்கள் (vocal cords) அதிர்கின்றனவா என்பது. இதன் அடிப்படையில் மெய்யொலிகள் குரல் ஒலிகள் (voiced sounds) என்றும் குரலிலா ஒலிகள் (voiceless sounds) என்றும் வகைப்படுத்தப்படுகின்றன.

தமிழில் குறிப்பிடப்படும் வல்லின ஒலிகளான க், ச், ட், த், ப், ற் ஆகியவை நுரையீரலிலிருந்து வாயறைக்கு வரும் காற்றை நாவின் பல்வேறு பகுதிகள் வாயின் மேற்பகுதிகளைத் தொட்டு அடைத்து வெளியிடுகிறது. அவ்வாறு வெளியிடும்போது ஒருவித வெடிச்சத்தம் உண்டாகிறது. ஆகையால் அதனை அடைப்பொலிகள் (stops/plosives) என்று ஒலியியலார் குறிப்பிடுகிறார்கள். நம்முடைய எழுத்துகள் உச்சரிப்பை அப்படியே காட்டுவதில்லை. சான்றாக, கடல், அகம், தங்கம் ஆகிய மூன்று சொற்களை எடுத்துக்கொள்வோம். கடல் என்ற சொல்லின் முதல் ஒலி [k] என்று ஒலிக்கப்படுகிறது. அகம் என்ற சொல்லில் க் என்ற எழுத்து [x] என்று ஒலிக்கப்படுகிறது (சம்ஸ்கிருத மொழியின் ஹ் என்ற ஒலி போலிருக்கும்). தங்கம் என்ற சொல்லில் வரும் க் என்ற எழுத்து [g] என்று ஒலிக்கப்படுகிறது. எழுத்து ஒன்றாக இருப்பினும் ஒலிகள் வேறுபடுகின்றன. இவ்வொலிகள் ஒரு ஒழுங்குமுறையில் வருகின்றன. க் என்ற அடிப்படை ஒலியனுக்கு மூன்று மாற்றொலிகள் தமிழில் உள்ளன. ஒவ்வொரு மொழியிலும் ஒலியன்களும் அவற்றிற்குரிய மாற்றொலிகளும் மாறுபடும். அதேபோல் மெல்லின ஒலிகளான ங், ஞ், ண், ன், ந், ம் ஆகியவை வெடிப்பொலிகள் பிறக்கின்ற முறையிலேயே பிறக்கின்றன. மெல்லின ஒலிகள் உண்டாகும்போது அடைப்புக்குப் பிறகு வெளியிடப்படும் காற்று வாயறை வழியாகவும் மூக்கறை வழியாகவும் வெளிவருகிறது. அடைப்பொலிகளில் வெளியிடப்படும் காற்று வாயறை வழியாக மட்டும் வெளிவருகிறது. அடைப்பொலிகளுக்கும் மூக்கொலிகளுக்கும் இடையிலான முக்கிய வேறுபாடு இது. இடையினம் என்று கூறப்படும் ஒலிகள் மருங்கொலிகள் (laterals) என்றும் வருடொலி (flap) என்றும் அரையுயிர்

ஒலிகள் (semivowels) என்றும் பாகுபடுத்தப்படுகின்றன. தமிழில் உள்ள ல், ள் ஆகியவை மருங்கொலிகள் (laterals) என்றும் ர் என்பது வருடொலி (flap) என்றும் ய், வ் ஆகியவை அரையுயிர்கள் என்றும் கூறப்படுகின்றன. உரசொலிகள் (fricatives) என்ற பாகுபாட்டையும் நாம் ஒலி நெடுங்கணக்கு அட்டவணையில் காணலாம். முகம் என்ற சொல்லில் வருகின்ற க் [x] என்பதும் பாசம் என்ற சொல்லில் வருகின்ற ச் [s] என்பதும் அது என்ற சொல்லில் வருகின்ற த் [ð] என்பதும் நலிபு என்ற சொல்லில் ப் [ß] என்பதும் உரசொலிகள். அடைப்பொலிகளைக் குரல் ஒலிகள் என்றும் குரலிலா ஒலிகள் என்றும் இரு வகையாகப் பாகுபாடு செய்வார்கள். கருப்பு என்பதில் வரும் க் என்ற ஒலியும் தாய் என்ற சொல்லில் வரும் த் என்ற ஒலியும் குரலிலா ஒலிகள்; சங்கம் என்ற சொல்லில் வரும் க் என்ற ஒலியும் தஞ்சை என்ற சொல்லில் வரும் ச் என்ற ஒலியும் குரல் ஒலிகள். இவ்வொலிகள் வரும் இடங்களை நாம் அறுதியிட்டுச் சொல்ல முடியும். அடைப்பொலிகளிலும் உரசொலிகளிலும் இவ்வேறுபாடுகள் குறிப்பிடத் தகுந்தவை. மூக்கொலிகள், மருங்கொலிகள், ஆடொலிகள், அரையுயிர்கள் ஆகியவை இயற்கையாகவே குரல் ஒலிகளாக உள்ளன. உயிர் ஒலிகளும் குரல் ஒலிகளாகவே அமைந்துள்ளன. ஒவ்வொரு மெய்யொலியையும் மூன்று நிலைகளில் விவரிக்க வேண்டும். சான்றாக, ப் என்ற ஒலியை ஈரிதழ் (bilabial), குரலிலா அடைப்பொலி என்று ஒலியியலார் விவரிப்பார்கள். இவ்வாறு நாம் எல்லா ஒலிகளையும் விவரிக்க வேண்டும்.

மொழியின் அமைப்பை விவரிக்க முற்படுகின்ற ஆய்வாளர்கள் அடிப்படை ஒலியியல் பயிற்சியையும் கோட்பாட்டையும் அறிந்திருக்க வேண்டும். எந்த ஒரு மொழியின் தரவுகளையும் அனைத்துலக ஒலி நெடுங்கணக்கு அட்டவணையின் அடிப்படையில்தான் நாம் சேகரிக்க வேண்டும். ஒவ்வொரு ஒலிக்கும் ஒவ்வொரு எழுத்து; ஒவ்வொரு எழுத்துக்கும் ஒவ்வொரு ஒலி. உலகில் பேசப்படும் எல்லா மொழிகளுக்கும் பொதுவானதாக உருவாக்கப்பட்டது இந்த ஒலி நெடுங்கணக்கு அட்டவணை. எந்த ஒரு தனிமொழியின் எழுத்துகளையும் மொழித் தரவுகளைச் சேகரிக்கப் பயன்படுத்தக் கூடாது.

ஒலிகளை விவரிக்கப் பயன்படுத்தப்படும் கலைச்சொற்கள்

உயிர் - vowel; மெய் - consonant; முன்னுயிர் - front vowel; பின்னுயிர் - back vowel; மேல் - high; கீழ் - low; இடை - cenral; இதழ்குவி - rounded; இதழ்விரி - unrounded; அடைப்பொலி - stop/plosive; உரசொலி - fricative; மூக்கொலி - nasal; மருங்கொலி - lateral; வருடொலி - flap; அரையுயிர் - semivowel; குரல் ஒலி - voiced sound; குரலிலா ஒலி - voiceless sound.

THE INTERNATIONAL PHONETIC ALPHABET (revised to 2005)

© 2005 IPA

CONSONANTS (PULMONIC)

	Bilabial	Labiodental	Dental	Alveolar	Postalveolar	Retroflex	Palatal	Velar	Uvular	Pharyngeal	Glottal
Plosive	p b			t d		ʈ ɖ	c ɟ	k g	q ɢ		ʔ
Nasal	m	ɱ		n		ɳ	ɲ	ŋ	ɴ		
Trill	ʙ			r					ʀ		
Tap or Flap		ⱱ		ɾ		ɽ					
Fricative	ɸ β	f v	θ ð	s z	ʃ ʒ	ʂ ʐ	ç ʝ	x ɣ	χ ʁ	ħ ʕ	h ɦ
Lateral fricative				ɬ ɮ							
Approximant		ʋ		ɹ		ɻ	j	ɰ			
Lateral approximant				l		ɭ	ʎ	ʟ			

Where symbols appear in pairs, the one to the right represents a voiced consonant. Shaded areas denote articulations judged impossible.

CONSONANTS (NON-PULMONIC)

Clicks		Voiced implosives		Ejectives	
ʘ	Bilabial	ɓ	Bilabial	ʼ	Examples:
ǀ	Dental	ɗ	Dental/alveolar	pʼ	Bilabial
ǃ	(Post)alveolar	ʄ	Palatal	tʼ	Dental/alveolar
ǂ	Palatoalveolar	ɠ	Velar	kʼ	Velar
ǁ	Alveolar lateral	ʛ	Uvular	sʼ	Alveolar fricative

VOWELS

Front   Central   Back

Close   i y   ɨ ʉ   ɯ u
          ɪ Y   ʊ
Close-mid   e ø   ɘ ɵ   ɤ o
                  ə
Open-mid   ɛ œ   ɜ ɞ   ʌ ɔ
          æ   ɐ
Open   a ɶ   ɑ ɒ

Where symbols appear in pairs, the one to the right represents a rounded vowel.

OTHER SYMBOLS

ʍ Voiceless labial-velar fricative
w Voiced labial-velar approximant
ɥ Voiced labial-palatal approximant
ʜ Voiceless epiglottal fricative
ʢ Voiced epiglottal fricative
ʡ Epiglottal plosive

ɕ ʑ Alveolo-palatal fricatives
ɺ Voiced alveolar lateral flap
ɧ Simultaneous ʃ and x

Affricates and double articulations can be represented by two symbols joined by a tie bar if necessary.   k͡p t͡s

SUPRASEGMENTALS

ˈ Primary stress
ˌ Secondary stress   ˌfoʊnəˈtɪʃən
ː Long   eː
ˑ Half-long   eˑ
˘ Extra-short   ĕ
| Minor (foot) group
‖ Major (intonation) group
. Syllable break   ɹi.ækt
‿ Linking (absence of a break)

DIACRITICS

Diacritics may be placed above a symbol with a descender, e.g. ŋ̊

̥	Voiceless	n̥ d̥	̈	Breathy voiced	b̤ a̤	̪	Dental	t̪ d̪
̬	Voiced	s̬ t̬	̰	Creaky voiced	b̰ a̰	̺	Apical	t̺ d̺
ʰ	Aspirated	tʰ dʰ	̼	Linguolabial	t̼ d̼	̻	Laminal	t̻ d̻
̹	More rounded	ɔ̹	ʷ	Labialized	tʷ dʷ	̃	Nasalized	ẽ
̜	Less rounded	ɔ̜	ʲ	Palatalized	tʲ dʲ	ⁿ	Nasal release	dⁿ
̟	Advanced	u̟	ˠ	Velarized	tˠ dˠ	ˡ	Lateral release	dˡ
̠	Retracted	e̠	ˤ	Pharyngealized	tˤ dˤ	̚	No audible release	d̚
̈	Centralized	ë		Velarized or pharyngealized	ɫ			
̽	Mid-centralized	ĕ	̝	Raised	e̝ (ɹ̝ = voiced alveolar fricative)
̩	Syllabic	n̩	̞	Lowered	e̞ (β̞ = voiced bilabial approximant)
̯	Non-syllabic	e̯	̘	Advanced Tongue Root	e̘
˞	Rhoticity	ə˞ a˞	̙	Retracted Tongue Root	e̙

TONES AND WORD ACCENTS

LEVEL			CONTOUR		
e̋ or ˥	Extra high	ě or ˩˥	Rising
é ˦	High	ê ˥˩	Falling
ē ˧	Mid	e᷄ ˦˥	High rising
è ˨	Low	e᷅ ˩˨	Low rising
ȅ ˩	Extra low	e᷈ ˧˦˧	Rising-falling
↓ Downstep			↗ Global rise
↑ Upstep			↘ Global fall

Courtesy of the International Phonetic Association (Department of Theoretical and Applied Linguistics, School of English, Aristotle University of Thessaloniki, Thessaloniki 54124, GREECE)

ஜென்

தொடக்கநிலையினருக்கு

ஜூடித் பிளாக்ஸ்டோன்
ஸோரன் ஜோசிபோவிச்

விளக்கப்படங்கள்
நவோமி ரோஸன்பிளாட்

தமிழில்
சேஷையா ரவி

ஜென், கி.பி.6ஆம் நூற்றாண்டில் சீனாவில் உருவான காலத்திலிருந்தே, அது மதத்தைக் கடந்த ஒன்றாக இருந்து வருகிறது. ஒவ்வொரு தனிமனிதனுக்கும் ஒரு வினாடியிலும் குறைவான நேரத்தில், அழிவிலா அனுபவத்தை வழங்குகிறது. இறைநிலையின் அறிவை அனைத்துயிர்களுக்கும் தரும் விதமாக, கோட்பாடுகளையும் பயிற்சிகளையும் உள்ளடக்கிய ஆவலைத் தூண்டும் அமைப்பை உடையது.

ஜென் பற்றிய ஒரு நூலை உருவாக்குவது பெரும் சாகசம்தான். புத்தத்தின் இந்த வசீகரமான மரபு பற்றிய தகவல்களை வரலாறாக விவரிப்பது எளிய வழி; ஆனால் ஜென் குருக்களின் விநோதமான ஞானத்தையும், விந்தையான நகைச்சுவை உணர்வையும், ஞானம் பெறும் அனுபவத்தை மாணவர்களுக்குக் கடத்தும் அதீத இயல்பையும் தெளிவுபடுத்துவது அசாத்தியமான வழி.

ஜென்: தொடக்கநிலையினருக்கு என்னும் இந்த நூலை எழுதிய ஆசிரியர்கள் கடினமான இந்த சாகசத்தைச் செய்துமுடித்திருக்கிறார்கள். தெளிவான தகவல், செறிந்த எழுத்து, அருமையான விளக்கப்படங்கள் ஆகியவற்றின் அற்புதமான சேர்க்கையைப் பயன்படுத்தி சீன, ஜப்பானியப் பண்பாட்டின்மீது ஜென் ஏற்படுத்திய பாதிப்பையும் ஆலன் கின்ஸ்பர்க், ஜாக் கெருவாக், கேரி ஸ்னைடர் போன்ற அமெரிக்க எழுத்தாளர்கள் மீது உண்டாக்கிய தாக்கத்தையும் இந்நூல் பதிவு செய்கிறது. உள்முரண்கொண்ட போதனைக் கதைகள், ஜென் குருவின் பாணி ஆகியவை கீழ்த்திசை ஓவியம், இலக்கியம், கட்டடக்கலை, பிறப்பு, இறப்பு பற்றிய மனநிலைகள் முதலியவற்றைப் புரிந்துகொள்வதற்கான மிக முக்கியமான திறவுகோல்களாக அமைகின்றன.

பக்கம்: 176

விலை: ரூ 160

பின்நவீனத்துவம்

தொடக்கநிலையினருக்கு

ஜிம் பவல்

விளக்கப்படங்கள்
ஜோ லீ

தமிழில்
க. பூரணச்சந்திரன்

நீங்கள் பெரும்பாலான மக்களைப் போல இருந்தால், பின்நவீனத்துவம் பற்றி உங்களுக்கு நிச்சயம் தெரிந்திருக்க வாய்ப்பில்லை. இந்தத் துறையைப் பற்றிய பிற நூல்களைப் போலத்தான் இதுவும் என்றால், உங்களுக்கு இந்த நூலும் எதையும் எடுத்துக் கூறாது.

பின்நவீனத்துவம் என்பது அர்த்தமற்றது, அறிவுஜீவிகள் சிலரின் புத்திபூர்வ விளையாட்டுகளின் தொகுப்பு எனக் கடுகடுத்த விமர்சகர்கள் நினைக்கின்றனர். மாறாக, நமது காலத்தின் மிக ஆழமான, ஆன்மிக, தத்துவ நெருக்கடிகளுக்கு, அறிவொளியின் தோல்விக்கு எதிர்வினை அது.

ஜிம் பவல் மாறிவருகின்ற உலகினூடாக, மக்களுக்கு வழிதேடப் பயன்படும் 'நிலப்படங்களின்' தொடர்ச்சியே பின்நவீனத்துவம் என்னும் நிலைப்பாட்டைக் கொள்கின்றார். ஃபூக்கோவின் அறிவு அதிகாரம், ஜேம்சனின் பின்நவீனத்துவ வரைபடமாக்கல், பூத்ரியாரின் ஊடகங்கள், ஹார்வியின் காலம்-வெளி குறுக்கல், தெரிதாவின் தகர்ப்பமைப்பு, தெலூஸ், கத்தாரி ஆகியோரின் குறுக்கமைவுகள் ஆகிய சிந்தனைகளைப் *பின்நவீனத்துவம்: தொடக்கநிலையினருக்கு* என்னும் இந்த நூல் தருகின்றது. பின்நவீனத்துவச் செயற்கைகளான மடோனா, சைபர்பங்க் பற்றியும் அறிவியல் புதினங்கள், பௌத்தச் சூழலியல், டெலிடில்டானிக்ஸ் பற்றியும் இந்நூல் விவாதிக்கின்றது.

பக்கம்: 176 விலை: ரூ 160

புவி வெப்பமயமாதல்

தொடக்கநிலையினருக்கு

டீன் குட்வின்

விளக்கப்படங்கள்
ஜோ லீ

தமிழில்
க. பூரணச்சந்திரன்

அறிவியல் சொல்கிறது – புவி வெப்பமயமாதல் நிஜம். ஆனால் உண்மையில் இது என்ன? இதற்கு நாம் என்ன செய்ய முடியும் அல்லது செய்ய வேண்டும்? முன்னணி அறிவியலாளரும் கல்வியாளருமான இந்நூலாசிரியர் தம் எளிய, ஆற்றொழுக்கான நடையில், வாசகருக்கு உலகப் பருவநிலைக் கண்காணிப்பு-மாற்றம் குறித்தும், மனிதச் செயல்களுக்கும் உலகப் பருவநிலையின் சமீபத்தியப் போக்குகளுக்கு உள்ள தொடர்பு குறித்தும் யார், எப்படி, என்ன, எப்போது, எங்கே, ஏன் எனும் கேள்விகளை எழுப்பி சமநிலை வழுவாத அணுகுமுறையில் விளக்குகிறார்.

'தொடக்கநிலையினருக்கான' புவி வெப்பமயமாதல் ஐந்து இன்றியமையா இயல்களாகப் பகுக்கப்பட்டுள்ளது:

புவி வெப்பமயமாதல்: ஓர் அறிமுகம்
காரணங்கள்
தொடர்விளைவுகள்
தீர்வுகள்
நான் என்ன நடவடிக்கைகள் எடுக்கலாம்?

எவரும் எல்லாவற்றையும் செய்துவிட முடியாது; ஆனால் எல்லாரும் ஏதேனும் செய்ய இயலும் என்ற முற்கோளின் அடிப்படையில் தொடங்கி, குட்வின் நம் கிரகத்தை எதிர்நோக்கும் பிரச்சினைகளுக்குப் பின்னாலிருக்கும் அறிவியலை நன்றாகப் புரிந்து கொள்ளத் தேவையான சோதனைகளை, வாசகர்களே செய்துபார்க்குமாறு ஆவலைத் தூண்டுகிறார். புவி வெப்பமயமாதலைத் தடுக்க அல்லது குறைக்க மக்கள் தாங்களே எடுக்க வேண்டிய நடவடிக்கைகளாக ஐம்பது எளிய செயல்பாடுகளைச் சொல்கின்றார்.

தொடக்கநிலையினருக்கான நூல்வரிசையில், இது முழுவதும் மகிழ்விக்கும் படங்களோடு வருகின்றது. இப்படங்கள் குட்வினின் உயிரோட்டமான, சுருக்கமான நூலின் தகவல்களை வாசகர்கள் புரிந்துகொள்ளவும் மனத்தில் இருத்திக்கொள்ளவும் ஏற்ற முறையில் அமைந்துள்ளன.

பக்கம்: 144 விலை: ரூ 160